முத்தொள்ளாயிரம்

எளிய தமிழ் வடிவம்

முத்தொள்ளாயிரம்

எளிய தமிழில் : என். சொக்கன்

கிழக்கு

முத்தொள்ளாயிரம்
Mutholllayiram
Novel Format by N. Chokkan
First Edition: May 2010

168 Pages
Printed at Repro Knowledgecast Limited, Thane.

ISBN 978-81-8493-455-7
Kizhakku - 494

Kizhakku Pathippagam
No.33/15, Eldams Road,
Alwarpet, Chennai - 600 018.
Phone : 044 - 42009601/03/04
Fax : 044 - 43009701

Email : support@nhm.in
Website : www.nhm.in

Cover Image : Lalitha

Kizhakku Pathippagam is an imprint of New Horizon Media Private Limited

அன்புடன்

நண்பர்கள் பாலா, ப்ரியா
இருவருக்கும்

உள்ளே

பகுதி 1: சேரன்

1. வானத்தைப்போல / 15
2. ஒரு வேல், இரண்டு முகம் / 14
3. தீப்பிடித்த தண்ணீர் / 15
4. நுரையும் சேறும் / 16
5. வானவில் சின்னம் / 17
6. நிலாக்குடை / 18
7. விருந்து சரி, மருந்து எங்கே? / 20
8. எதிரிகள் ஜாக்கிரதை / 21
9. நாடு அல்ல, காடு / 22
10. தேய்ந்த தாழ்ப்பாள்கள் / 23
11. நல்லவனா நீ? / 24
12. பசலை அழகு / 26
13. உயிர் பிழைக்க ஒரே வழி / 27
14. தடுக்காதே! / 28
15. ரகசியக் கனவுகள் / 30
16. ஊசலாடும் மனசு / 31
17. நெஞ்சே, நீ எங்கே? / 32
18. காணாமல் போன ஊடல் / 33
19. உள்ளம் கவர் கள்வன் / 34
20. கெட்டிமேளம் கொட்டட்டும் / 35
21. சேரனிடம் செல்வோம் / 37

பகுதி 2: சோழன்

22. இவன் யாரோ? / 41
23. சோழன் குடை / 42
24. இன்னோர் ஒலி / 43
25. தரையில் வானவில் / 44

26. கூட்டமோ கூட்டம் / 45
27. கிள்ளியின் யானை / 47
28. யானையின் வெட்கம் / 49
29. மிதிபட்ட நகரங்கள் / 50
30. போர்க்களத்தில் ஒரு விளக்கு / 51
31. வனவாசம் / 53
32. சிலந்தி (க)வலை / 55
33. கதவைத் திற, காதல் வரட்டும் / 56
34. மெல்ல நட / 58
35. வலையில் சிக்கிய மீன்கள் / 60
36. தண்டனை யாருக்கு? / 61
37. ஆறில் ஒன்று / 62
38. தோழனா? எதிரியா? / 64
39. சேலைத் திருடன் / 65
40. தனிமைத் துயரம் / 67
41. அவனைப்பற்றித் தெரியாதா? / 68
42. தேரை தின்னாத தேங்காய் / 69
43. பார்க்காமலே காதல் / 71
44. நாரையிடம் கெஞ்சியவள் / 73
45. அம்மாதான் காரணம் / 75
46. நீர்மேல் நெருப்பு / 77
47. ஊடலுக்கும் அளவுண்டு / 78
48. காதலும் நாணமும் / 80
49. நிஜக்கண்ணா, மரக்கண்ணா? / 81
50. வாட்டும் காற்று / 83
51. வாடையே, வராதே / 84
52. நீயே முருகன் / 85

பகுதி 3: பாண்டியன்

53. எங்கிருந்தோ வந்த மலர்கள் / 89
54. நீயே கண்ணன் / 90
55. இங்கே என்ன விசேஷம்? / 92
56. நடுங்கும் அரசர்கள் / 93
57. பாண்டியன் பிறந்தநாள் / 95
58. எங்கெங்கும் முத்துகள் / 96
59. ஊடல் சேறு / 97
60. தரை தொடாத பாதங்கள் / 98
61. யானைமேல் பாண்டியன் / 100
62. நிற்காதே, ஓடு / 102
63. தங்கக் கால்கள் / 104
64. கவிதை எழுதும் யானைகள் / 105
65. தந்தத்துக்கு ஒரு வேலை / 106
66. கம்பீரத்தைக் கடன்கொடுங்கள் / 107
67. தந்தம் இல்லாத யானை / 109
68. பயந்த நரிகள் / 110
69. கண்களை மூடிய பாண்டியன் / 111
70. பாண்டியன் கட்டளை / 112
71. பிழைக்கத் தெரியாதவர்கள் / 113
72. தோற்ற மயக்கம் / 115
73. சிவந்த கண்கள் / 116
74. கனவில் வந்தவன் / 117
75. குவளையின் தவம் / 118
76. காதல் சிறை / 119
77. பாண்டியன் ஞாபகம் / 121
78. வண்டுக்கும் அருள்கிறவன் / 122
79. அவனின்றி அழகெதற்கு? / 123
80. வைகைக்கரைக் குழப்பம் / 124
81. கூடற்சுழி / 125

82. சொல்லாதே / 126
83. காதல் புரியாதா? / 127
84. நான் பாடுவேன் / 129
85. பறவை இல்லாத கூடு / 131
86. பொடிப்பயல் / 132
87. கண் செய்த தவறு / 133
88. விழிச்சிறை / 134
89. கனவைப் பறிகொடுத்தேன் / 136
90. அவனுக்காகக் காத்திருக்கிறேன் / 137
91. காற்றிடம் ஒரு கேள்வி / 138
92. வாசலில் மனம் / 140
93. பிறந்தநாள் / 141
94. காத்திருக்கும் காதல் / 142
95. யார் பேச்சைக் கேட்பது? / 144
96. விழியோர முத்துகள் / 145
97. ஊடல் கோளாறுகள் / 146
98. உதவிக்கு வந்த உறவு / 148
99. சாவித்துளைக்கு நன்றி! / 150
100. ஓரமாக நடந்து வா / 152
101. (மறுபடியும்) மெல்ல நட / 154
102. குதிரையே, ஓடாதே / 156
103. புழுதி ஓவியம் / 157
104. பூக்கொம்புக் காதல் / 159
105. பயிரை மேயும் வேலி / 160
106. பாரபட்சம் ஏனோ? / 161
107. சாதாரணப் பெண்ணின் ஆசை / 163
108. அவன் வருவான் / 164
109. பழியும் பாவமும் / 165
110. நெஞ்சத் தூது / 166

பகுதி 1

சேரன்

1

வானத்தைப்போல

வானத்தைத் தொடுவதுபோல் உயர்ந்து நிற்கிறது கொல்லிமலை. அதன் தலைவனாகிய 'கோதை' என்ற சேர மன்னனின் புகழ் சொல்லும் பாடல் இது.

நம் இந்திய நாடு ஆங்கிலேயரிடம் அடிமைப்பட்டிருந்த காலத்தில், நம்மைப்போலவே இன்னும் பல நாடுகள் இங்கிலாந்தின் ஆதிக்கத்தில் இருந்தன. அப்போது உலகின் பல பகுதிகளிலும் இப்படி ஆங்கிலேய அரசாங்கம் நடந்துகொண்டிருந்ததால் அதைப்பற்றிச் சொல்லும்போது, 'ஆங்கிலப் பேரரசில் சூரியன் எப்போதும் அஸ்தமிக்காது' என்று குறிப்பிடுவார்கள்.

இதன் பொருள், இங்கே, இந்த ஊரில் சூரியன் அஸ்தமித்தாலும்கூட ஆங்கிலேயர் அரசாட்சி செய்யும் வேறொரு நாட்டில் இப்போது பகலாக இருக்கும். அங்கே சூரியன் அஸ்தமித்து இரவு வரும்போது, இன்னொரு நாட்டில் பகலாக இருக்கும். இப்படியாக, ஆங்கிலேயர்களின் ராஜாங்கத்தில் எந்நேரமும் பகல்தான், அவர்களின் பேரரசில் சூரியன் எப்போதும் அஸ்தமிப்பதில்லை என்று பெருமையாகச் சொல்வார்கள்.

இந்தப் பாடலும், அதுபோன்ற ஒரு பாராட்டு உத்தியைதான் கையாள்கிறது. சூரியனுக்குபதிலாக இங்கே வானம்-எங்கும் பரந்து விரிந்திருக்கும் வானத்தைப்போல, பூலோகத்தில் எங்கேயும் சேரனின் ஆட்சி! அதாவது, சேர மன்னன் ஆட்சி செய்யும் நிலப்பகுதி மிகப் பெரியதாகப் பரந்து, விரிந்திருக்கிறது. எந்தத் திசையில் பார்த்தாலும் சேரனின் ஆட்சிதான் என்று சொல்லும்படி அவன் எல்லா நிலங்களையும் ஆக்கிரமித்திருப்பதால் அவன் ஆட்சி செய்யும் இந்த மண்ணுலகம், விண்ணுலகத்துக்கு இணையானதாக (வானத்தைப்போல் எங்கும் இருப்பதாக) விளங்குகிறது.

அந்தச் சேர மன்னன், வானத்தில் உலா வரும் முழு நிலவைப் போன்றவன்.

அப்படியானால் நட்சத்திரங்கள்?

நூற்றுக்கணக்கான, ஆயிரக்கணக்கான சிற்றரசர்கள் இந்தச் சேரனுக்குப் பணிந்து கப்பம் செலுத்துகிறார்களே. அவர்களெல்லாம் அந்த வானத்தில் மின்னும் சிறு விண்மீன்களைப் போன்றவர்கள். அதாவது, சேரனுக்கு அடிபணிந்த மற்ற அரசர்களை எண்ணிக் கணக்கிடுவது, வானத்து நட்சத்திரங்களை எண்ணுவதுபோல, வீண் வேலை. நட்சத்திரங்களுக்கு நடுவே புகழ் வெளிச்சத்துடன் மிளிரும் அழகு நிலா வைப்போல கொல்லி மலையின் சேர மன்னன் கம்பீரமாகத் திகழ்கிறான்!

வானிற்கு வையகம் ஒத்ததே வானத்து
மீனிற்கு அனையார் மறமன்னர் வானத்து
மீன்சேர் மதிஅனையன் விண்ணுயர் கொல்லியர்
கோன்சேரன் கோதைஎன் பான்.

அனையார் - ஒப்பானவர்கள்

கோன் - அரசன்

2

ஒரு வேல், இரண்டு முகம்

சென்ற பாடலில் சேரனின் ஆட்சிச் சிறப்பைப் பார்த்தோம். இந்தப் பாடல், சேரன் கோதையின் வேலைப்பற்றிச் சொல்கிறது.

சாதாரணமாக, மனிதர்களில் நல்லவர்கள் இருப்பார்கள், கெட்டவர்கள் இருப்பார்கள். எப்போதாவது, நல்லவர்களிடம் சில கெட்ட குணங் களும், கெட்டவர்களிடம் சில நல்ல குணங்களும் காணப்படுவதுண்டு.

ஆனால், அப்படிப் பார்த்தால் நல்லவன், இப்படிப் பார்த்தால் கெட்டவன் என்பதுபோல் யாராவது உண்டா?

இந்தச் சேரனின் போர் வேல் அப்படியொரு வித்தியாசமான சிறப்பைக் கொண்டிருக்கிறது.

ஏனெனில், அந்த வேலின் ஒரு பக்கத்தில் மலர்க் கொத்து சூட்டியிருக் கிறது. மறுபக்கத்திலிருக்கும் கூர்மையான முனை பல பகை மன்னர் களைக் கொன்று, அவர்களின் மாமிசத்தைப் பூசிக்கொண்டிருக்கிறது.

ஆகவே, அந்த வேலின் ஒரு பக்கத்தை வண்டுகள் மொய்த்து அங்கிருக்கும் மலர்களிலிருந்து தேன் குடித்துக் கூத்தாடுகின்றன.

அதே வேலின் இன்னொரு பக்கத்தில், நரிகள் முற்றுகையிட்டு, அங்கு ஒட்டியிருக்கும் மாமிசத் துணுக்குகளைச் சுவைத்து மகிழ்கின்றன.

இப்படியாக, அரும்புகள் மலரும் மாலை அணிந்த சேரன் கோதையின் ஒளி பொருந்திய வேல், இரண்டு வேறுபட்ட முகங்களைக் காட்டுகிறது!

அரும்(பு)அவிழ்தார்க் கோதை அர(சு)எறிந்த ஒள்வேல்
பெருபுலவும், செஞ்சாந்தும் நாறிச் சுரும்பொடு
வண்டாடு பக்கமும் உண்டு; குறுநரி
கொண்டாடு பக்கமும் உண்டு.

அவிழ்	-	மலரும்	தார்	-	மாலை
ஒள்வேல்	-	ஒளி மிகுந்த வேல்	சாந்து	-	சந்தனம்
புலவு	-	மாமிசம்	சுரும்பு	-	வண்டு

3

தீப்பிடித்த தண்ணீர்

இந்தப் பாடலில் ஓர் அழகான அதிகாலைக் காட்சி.

காலைச் சூரியன் உதிக்கும்போது வானம் சிவந்து காணப்படுகிறது. சேற்று வயலில் வளர்ந்த ஆம்பல் மலர்கள், அந்தச் சூரியனின் முகம் பார்த்து மலர்கின்றன. அவையும் சிவப்பு நிறம்தான்.

போதாக்குறைக்கு, இத்தனை சிவப்பும் தண்ணீர்ப் பரப்பில் பட்டு எதிரொளிப்பதால் எங்கு பார்த்தாலும் ஒரே சிவப்புமயம்!

தங்களின் கூட்டில் தூங்கிக்கொண்டிருந்த பறவைகளும், அவற்றின் சிறு குஞ்சுகளும், வெளியே எட்டிப்பார்க்கின்றன. தண்ணீர்ப் பரப்பில் தகதகவென்று மின்னும் சிவப்பு வண்ணத்தைப் பார்க்கின்றன.

'ஐயோ, தண்ணீரில் தீப்பிடித்துக்கொண்டுவிட்டதே', என்று குஞ்சுகள் பயந்து அலற, தாய்ப் பறவைகள் அவற்றைச் சிறகால் அணைத்து பயம் தணிக்கின்றன.

அதாவது, நீர்ப் பரப்பின்மேல் படர்ந்திருக்கிற அடர் சிவப்பு நிறத்தைக் கண்டவுடன், காட்டில் தீப்பிடித்துக்கொண்டு அந்தத் தீ தண்ணீரில் பிரதிபலிக்கிறதா, அல்லது தண்ணீர்ப் பரப்பிலேயே நெருப்புப் பற்றிக்கொண்டுவிட்டதா என்று அந்தப் பறவைகள் பயப்படுவதாக வர்ணிக்கிறார் கவிஞர்.

நஞ்சுபோல் (எதிரிகளின்) உயிரைப் பறிக்கக்கூடிய, இலை வடிவமான நுனியைக் கொண்ட வேலை ஏந்தியிருக்கும் சேரன் கோதையின் நாடு, இத்தகைய அழகிய காட்சிகளை உடையது.

இந்தப் பாட்டில் ஒரு மறைமுக அர்த்தமும் உண்டு. பறவைகள் இப்படிப் பயந்து புலம்புவதுதவிர, சேரனின் நாட்டில் வேறு சப்தம் ஏதும் இல்லை. எல்லோரும் அமைதியாக, சுபிட்சமாக வாழ்கிறார்கள்.

அள்ளல் பழனத்து அரக்(கு)ஆம்பல் வாய்அவிழ
வெள்ளம்தீப் பட்ட(து) எனவெரீஇப் புள்இனம்தம்
கைச்சிறகால் பார்ப்(பு)ஒடுக்கும் கவ்வை உடைத்தரோ,
நச்சிலைவேல் கைக்கோதை நாடு.

அள்ளல்	-	சேறு	பழனம்	-	வயல்
வாய் அவிழ	-	மலர	வெரீஇ	-	பயந்து
புள்	-	பறவை	பார்ப்பு	-	குஞ்சு
கவ்வை	-	ஆரவாரச் சப்தம்			

4

நுரையும் சேறும்

இந்தப் பாடலில், சேர நாட்டின் வளம் ஓர் அழகிய காட்சியின் மூலம் விளக்கப்படுகிறது.

செல்வம் பொங்குகிற ஒரு நாட்டில்தான் கள் அருந்துபவர்கள் அதிகம் இருப்பார்களாம். அதுவும் குறிப்பாக, அறுவடைக் காலம், போரில் வெற்றி கண்ட காலம் ஆகிய சமயங்களில்தான் மகிழ்ச்சி வெள்ளம் தெருக்களில் கள்ளாகப் பெருக்கெடுத்து ஓடும்.

எல்லா வளங்களும், செல்வங்களும் நிறைந்த சேரனின் நாட்டில், அவனது நல்லாட்சியால் யாருக்கும் எந்தக் குறையும் இல்லை. ஆகவே, அந்நிலத்து மக்கள் எல்லோரும், தங்களின் ஓய்வு நேரங்களை போதை தரும் பானங்களை அருந்தி, ஆனந்தமாகக் கழித்தார்கள். களித்தார்கள். இந்தக் காட்சிதான் இந்தப் பாடலில் சற்றே நுணுக்கமாக வர்ணிக்கப் படுகிறது.

கள்ளை ஊற்றிய கோப்பையின் நுனியிலும் இயல்பாகவே நுரை படிந் திருக்கும். கள் அருந்துபவர்கள், அந்த நுரையை வழித்துக் கீழே போட்டுவிட்டு மொடமொடவென்று குடிப்பார்கள்.

சேரனின் நாட்டில், இப்படிப்பட்ட பெருங்குடியர்கள் வழித்தெறிந்த நுரை தெருவெங்கும் படிந்திருக்கிறது. அரசனின் யானைகள் அந்த வழியே நடக்கும்போது, அவற்றை மிதிக்க, வீதியெல்லாம் சொத சொதத்து, சேறாகிவிடுகிறது.

வெறுமனே வழித்தெறிந்த நுரையை மிதித்துத் தெருவில் சேறு உண்டாகிறது என்றால், சேர நாட்டவர்கள் எந்த அளவுக்குக் குடித் தார்கள் என்று நீங்களே கணக்கிட்டுக்கொள்ளலாம்!

களிகள் களிகட்கு நீட்டத்தம் கையால்
களிகள் விதிர்த்திட்ட வெம்கள் துளிகலந்(து)
ஓங்கொழில் யானை மிதிப்பச்சே(று) ஆயிற்றே,
பூம்புனல் வஞ்சி அகம்.

களிகள்	-	கள் அருந்துபவர்கள்
விதிர்த்திட்ட	-	வழித்து எறிந்த
வெம் கள்	-	விருப்பத்துக்குரிய கள்
மிதிப்ப	-	மிதிக்க

5

வானவில் சின்னம்

இந்தப் பாடலில், இயற்கை நிகழ்வான 'வானவில்'லை, சேரனின் புகழ்பாடும்படி அற்புதமாகப் பயன்படுத்தியிருக்கிறார் கவிஞர்.

சேரனின் ராஜ்ஜியம், எல்லாப் பக்கங்களிலும் பரவியிருந்தது. ஆகவே, பக்கத்து நாட்டு அரசர்களெல்லாம் சேரனை வணங்கி, அவனுக்குக் கட்டுப்பட்டு, கப்பம் செலுத்தித் தங்கள் பதவியைக் காப்பாற்றிக் கொண்டார்கள்.

இத்தனைக்கும், இவர்களெல்லாம் லேசுபாசான அரசர்கள் இல்லை. யானைப்படை, குதிரைப்படை, காலாட்படை என்று சகல பலங்களும் பொருந்திய ராஜாக்கள்தான். ஆனாலும், சேரனின் பெயரைக் கேட்டாலே நடுநடுங்கி, தெண்டனிட்டு அவனுக்கு அடிபணிந்து விடுகிறார்கள். 'நாங்களும், எங்கள் நாடும், சேரனுக்கு அடிமை' என்று ஒப்புக்கொண்டுவிடுகிறார்கள்.

வெறுமனே சொன்னால் போதுமா?

போதாது. அவர்கள் தங்களின் கோட்டைச் சுவர்களிலெல்லாம் சேரனின் 'வில்' சின்னத்தைப் பெரிதாகப் பதித்துவைக்கவேண்டும்.

அது எதற்கு?

தூரத்திலிருந்து பார்க்கிறவர்களுக்குக்கூட அந்த வில் சின்னம் 'பளிச்' சென்று தெரியவேண்டும். இந்தப் பகுதி சேரனின் ஆளுகைக்கு உட்பட்டது என்று தெளிவாகத் தெரியவேண்டும். அப்போதுதான், அந்த (வேற்று நாட்டு) அரசர்களின் வாழ்க்கைக்கு உத்திரவாதம் கிடைக்கும்.

இவ்வளவு ஏன், எப்போதும் வாடாத மலர் மாலைகளை அணிந்த தேவர்கள்கூட, எங்கள் சேரனின் ஆட்சிக்குக் கட்டுப்பட்டவர்கள்தான். சேரன் மனம் குளிர்ந்திருந்தால்தான், தாங்கள் எப்போதும்போல் வாழ முடியும் என்று அவர்களுக்குக்கூட தெரிந்திருக்கிறது!

என்ன? நம்பமுடியவில்லையா? சந்தேகமிருந்தால் கொஞ்சம் மேலே நிமிர்ந்து பாருங்கள். வானகத்து தேவர்கள்கூட எங்கள் சேரனின் தலைமையை ஏற்றுக்கொண்டு, அதற்கு அடையாளமாக வானத்தில் அவனுடைய 'வில்' சின்னத்தை மிகப்பெரிதாகச் செய்துவைத்திருக்கிறார்கள். சேரனின் ஆதிக்கம் எவ்வளவு தூரம் பரவியிருக்கிறது என்று இப்போது புரிகிறதா?

> பல்யானை மன்னீர் படுதிறை தந்(து) உய்ம்மின்
> மல்லல் நெடுமதில் வாங்குவில் பூட்டுமின்
> வள்ளிதழ் வாடாத வானோரும் வானவன்
> வில்எழுதி வாழ்வார் விசும்பு.

மன்னீர்	-	அரசர்களே
திறை	-	வரி / கப்பம்
உய்ம்மின்	-	பிழைத்துக்கொள்ளுங்கள்
மல்லல்	-	வலிமையான
வாங்கு	-	வளைந்த
பூட்டுமின்	-	பொறியுங்கள்
விசும்பு	-	வானம்

6

நிலாக்குடை

சேரனின் போர்க்களம்.

நாள்முழுவதும் போர் செய்து களைத்த வீரர்கள் பாசறையில் ஓய்வெடுக்கிறார்கள். காயம் அடைந்தவர்களுக்குச் சிகிச்சைகள் நடக்கின்றன. இறந்தவர்கள் உரிய மரியாதையுடன் அடக்கம் செய்யப்படுகிறார்கள்.

அந்தப் போர்க்களத்தின் ஓர் ஓரத்தில், சேரனின் போர் யானை ஒன்று வானத்தைப் பார்த்துப் பிளிறிக்கொண்டிருக்கிறது.

போரில் கடுமையாகக் காயம்பட்ட யானைகள் வலி தாங்காமல் வானத்தை நோக்கித் துதிக்கையை உயர்த்திக் கத்துவது உண்டு. அந்த ஆர்ப்பாட்டக் கூச்சலால் அவற்றின் வேதனை கொஞ்சம் குறைகிறதோ என்னவோ!

இயல்பான இந்த நிகழ்ச்சியைப் பார்க்கிறார் முத்தொள்ளாயிரப் புலவர். அவருக்குள் கற்பனை புரண்டு ஓடுகிறது. ‘சேரனின் யானை ஏன் வானத்தைப் பார்த்துப் பிளிறுகிறது?’ என்று கேள்வி கேட்டு, அவரே அதற்கு ஒரு புதிய விளக்கமும் கொடுக்கிறார்.

இந்த யானை பகல்முழுதும் கடுமையான போரில் ஈடுபட்டது. சேரனை எதிர்த்து வந்த அயல்தேசத்து அரசர்களையெல்லாம் தாக்கி, அவர்களுடைய வெண்கொற்றக் குடைகளைப் பிய்த்து எறிந்தது.

இப்படி நாள்முழுக்க வெண் கொற்றக் குடைகளைச் சிதைத்துக் கொண்டிருந்த யானைக்கு, திடீர் ஏமாற்றம். மாலைப் பொழுது வந்ததால், போரை நிறுத்திவிட்டார்கள்.

ஆனால், அந்த யானையின் வேகமும் போர் வெறியும் இன்னும் அடங்கவில்லை. யாரையாவது அடித்துத் துவைக்கமாட்டோமா என்று நான்கு திசைகளிலும் தேடிக்கொண்டிருக்கிறது.

அப்போதுதான், வானத்தில் இருக்கிற நிலாவைப் பார்க்கிறது அந்த யானை. அந்த வெள்ளை நிலா, முத்து மாலைகள் அணிந்த ஒரு வெண் கொற்றக்குடையைப்போல அதன் பார்வையில் தெரிகிறது. சேரனுக்கு விரோதியாக யாரோ ஓர் அரசன் வானத்தின் வழியே போரிட வருகிறான் என்று நினைத்துக்கொண்டு, அவனுடைய வெண்கொற்றக் குடையை(நிலாவை)ப் பறித்து எறிவதற்காக வானத்தை நோக்கித் துதிக்கை உயர்த்துகிறது, ஆவேசமாகக் கத்துகிறது.

வீறுசால் மன்னர் விரிதாம வெண்குடையைப்
பாற எறிந்த பரிசயத்தால் தேறாது
செங்கண்மாக் கோதை சினவெங் களியானை
திங்கள்மேல் நீட்டும்தன் கை.

வீறுசால்	-	சிறப்பான
தாமம்	-	மாலை
பாற	-	சிதற
பரிசயத்தால்	-	பழக்கத்தால் (பரிச்சயம்)
வெங்களி யானை	-	மதம் பிடித்த யானை
திங்கள்	-	நிலா

7

விருந்து சரி, மருந்து எங்கே?

இந்தப் பாடலும் ஒரு போர்க்களக் காட்சிதான். சேரனின் வீரமும் போரின் கொடூரமும் ஒன்றாக வெளிப்படுகிற இந்தப் பாடலை, பலவீன மான இதயம் கொண்டவர்கள், சற்றே நிதானித்துப் படிக்கவேண்டும்.

போர்க்களத்தில் அன்றாடம் பல பிணங்கள் விழும். அவற்றை அள்ளிச் சாப்பிடுவதற்காகவே பருந்துகளும், நரிகளும் யுத்தம் நடைபெறும் இடங்களை வட்டமிட்டுக்கொண்டிருக்கும்.

பூழி நாட்டு அரசன் சேரன். அவனை எதிர்த்துப் போரிட வந்தவர்களெல் லாம், அவனால் கொல்லப்பட்டு வீழ்ந்து கிடக்கிறார்கள். இப்படிக் குவிந்திருக்கும் அவர்களின் பிணங்களைத் தின்பதற்காக நரிகள் வருகின்றன.

இறந்து கிடக்கும் இந்த அரசர்கள் உடம்பில் பல அழகிய ஆபரணங்களை அணிந்திருக்கிறார்கள். தோள்களில் 'வளை', மார்பில் 'மரகதப் பூண்', கைகளில் (வைரத்தாலான) 'கடகம்', இன்னும் என்னென்னவோ!

இந்த அரசர்களின் பிணங்களைக் கடித்துத் தின்னும் நரிக் குட்டிகள், அவசரத்தில், இந்த ஆபரணங்களையும் சேர்த்துக் கடித்துவிடுகின்றன.

வைரத்தைக் கடித்தால் என்ன ஆகும்? அதன் கூர்மையில் வாய் கிழிந்து புண்ணாகும்.

'நல்ல விருந்துச் சாப்பாடு என்று இந்தச் சேரனின் போர்க் களத்தில் பிணம் தின்ன வந்தால், நம் வாய் இப்படிப் புண்ணாகிவிட்டதே' என்று வருந்திய குட்டி நரிகள், வேதனை பொறுக்காமல், தங்களுடைய தாய் நரிகளைக் கூவி அழைக்கின்றன. இனிமேல் விருந்து முடிந்து, அவற்றுக்கு மருந்து போடவேண்டியதுதான்.

மரகதப்பூண் மன்னவர் தோள்வளை கீழா
வயிரக் கடகக்கை வாங்கித் துயர்உழந்து
புண்ணுற்(று) அழைக்கும் குறுநரித்தே பூழியனைக்
கண்ணுற்று வீழ்ந்தார் களம்.

பூண், வளை, கடகம்	-	ஆபரணங்கள்
வாங்கி	-	கடித்து
உழந்து	-	அடைந்து
பூழியன்	-	பூழி நாட்டு அரசன்
கண்ணுற்று	-	எதிர்த்து

8

எதிரிகள் ஜாக்கிரதை

சேரனைக் கோபப்படுத்தி, அவனுடைய கண்களை ஆத்திரத்தால் சிவக்கச்செய்கிறவர்களுடைய நாடு / ஊர் என்ன நிலைமைக்கு ஆளாகும் என்று இந்தப் பாடல் விவரிக்கிறது.

வலிமை மிகுந்த சேரனுக்குக் கோபமூட்டியவர்களின் நாடு, உடனடியாக அழிக்கப்படும். அந்த நாட்டில் மக்கள் வாழும் பகுதிகளெல்லாம் நெருப்புக்கு இரையாகும்.

ஆகவே, சிறிது நேரத்துக்குள் அந்த நாடுமுழுதும் கரிதான் குவிந்திருக்கும். இதற்குமேல் அங்கே மனிதர்கள் யாரும் வாழமுடியாது என்னும் அளவுக்குச் சேரனும், அவனது படைகளும் அந்த நாட்டை அழித்துச் சிதைத்துவிடுவார்கள்.

மக்கள் வாழாத பகுதிகளில் விஷச் செடிகளும் முள் புதர்களும் படரும், எங்கே பார்த்தாலும் நரிகள் அலையும். மொத்தத்தில், அந்த நாடு, சுடுகாடாகிவிடும்.

ஆகவே, பகை நாட்டு மன்னர்கள் எச்சரிக்கையுடன் இருங்கள். சேரனைக் கோபப்படுத்திவிடாதீர்கள். உங்கள் நாட்டில் மனிதர்களும், இயற்கை, செயற்கை வளங்களும் நிறைந்திருக்க வேண்டுமா? அல்லது கரியும், நரியும், விஷச் செடிகளும், நெருப்பும், அவலமும் நிறைந்திருக்கவேண்டுமா? நீங்களே முடிவுசெய்துகொள்ளுங்கள்.

கரிபரந்(து) எங்கும் கடுமுள்ளி பம்பி
நரிபரந்து நால்திசையும் கூடி எரிபரந்த
பைங்கண்மால் யானைப் பகையடுதோள்க் கோதையைச்
செங்கண் சிவப்பித்தார் நாடு.

கடுமுள்ளி	-	விஷ முள் செடி,
பம்பி	-	பரவி
எரிபரந்த	-	தீ பரவிய
மால் யானை	-	பெரிய யானை
பகை அடு தோள்	-	பகைவரை வெல்லும் தோள்

9

நாடு அல்ல, காடு

இந்தப் பாடலும் சென்ற பாடலின் தொடர்ச்சியைப்போலவே அமைந்திருக்கிறது. அதாவது, சேரனைக் கோபமடையச் செய்கிறவர்களுக்கான இன்னோர் எச்சரிக்கை!

'முசிறி'யைத் தலைநகரமாகக் கொண்டு ஆட்சி செய்துவருபவன் சேரன் கோதை, அரும்புகள் மலரும் மாலை அணிந்தவன்.

அவனுடைய ஒளிமிகுந்த வேலைப் பகைத்துக்கொண்ட நாடுகளின் நிலைமை பரிதாபமானது. சேரனும், அவனது படைவீரர்களும் உடனடியாக அந்த நாட்டின்மீது போர் தொடுத்து, அதை இருந்த இடம் தெரியாமல் அழித்துவிடுவார்கள்.

போர் முடிந்தபிறகு, அந்த நாட்டில் எங்கு பார்த்தாலும் புல்லும், சுரைக் கொடியும், 'வேளை' என்கிற ஒருவகைச் செடியும்தான் வளர்ந்திருக்கும். அதை 'நாடு' என்று சொல்வதைவிட, 'காடு' என்று சொல்லிவிடலாம். அந்த அளவுக்கு, முன்பு எப்போதோ இந்த இடத்தில் மனிதர்கள் வாழ்ந்த ஒரு நாடு இருந்தது என்று யாருக்கும் தெரியாதபடி அது முற்றிலுமாக அழிக்கப்பட்டுவிடும்!

வேரறுகை பம்பிச் சுரைபடர்ந்து வேளைபூத்(து)
ஊர்அறிய(ல்) ஆகா கிடந்தனவே, போரின்
முகைஅவிழ்தார்க் கோதை முசிறியார் கோமான்
நகையிலைவேல் காய்த்தினார் நாடு.

வேரறுகை	-	நிறைய வேர்கள் கொண்ட புல்
பம்பி	-	பரவி
வேளை	-	ஒரு வகைச் செடி
முகை	-	மொட்டு
தார்	-	மாலை
நகையிலை வேல்	-	ஒளிரும் வேல்
காய்த்தினார்	-	கோபப்படுத்தியவர்கள்

10

தேய்ந்த தாழ்ப்பாள்கள்

வீரம் மிகுந்த சேரனின் பராக்கிரமங்களை முதல் ஒன்பது பாடல்களில் விரிவாகப் பார்த்தோம்.

இப்படிப்பட்ட ஒரு சிறந்த வீரனை, நாட்டு மக்கள் சும்மா விடுவார்களா? அதுவும் குறிப்பாகப் பெண்கள்? அவர்களுக்குச் சேரன்மீது இருந்த அன்பும் ஆதரவும் அடுத்த சில பாடல்களில் அழகாக விவரிக்கப்படுகிறது.

தேர்ந்தெடுக்கப்பட்ட மலர்களால் தொடுத்த 'கண்ணி' என்கிற மாலையைத் தலையில் அணிந்திருக்கிறான் சேரன். அந்த மாலையை வண்டுகள் ஆசையோடு மொய்க்கின்றன.

இந்த அலங்காரத்துடன் வலிமையான குதிரைகள் பூட்டிய தேரின்மேல் ஏறி வீதியில் வருகிறான் சேரன் கோதை.

அவனைப் பார்ப்பதற்காக, அந்த நாட்டில் இருந்த எல்லா இளம் பெண்களும் வீதிக்கு ஓடுகிறார்கள். அவனைப் பார்த்த விநாடியில் காதலாகிக் கசிந்து நிற்கிறார்கள்.

இதைப் பார்த்த தாய்மார்களுக்குக் கடுமையான அதிர்ச்சி, 'கல்யாண வயதில் நிற்கும் பெண்களெல்லாம் இப்படிச் சேரனைப் பார்த்து மயங்கிக்கொண்டிருந்தால் அப்புறம் அவர்களைப்பற்றி ஊர் நாலு விதமாகப் பேசாதா? அந்தப் பெண்களுக்கெல்லாம் எப்படித் திருமணம் நடக்கும்?'

இப்படிப் பலவிதமான கற்பனைகள், கவலைகளில் மூழ்கிய ஒரு தாய், எப்படியாவது தன்னுடைய மகள் சேரனைப் பார்க்காமல் தடுத்து

விடவேண்டும் என்று நினைக்கிறாள். அவளை வீட்டுக்குள் அடைத்துத் தாழ்ப்பாள் போடுகிறாள்.

காதல் வெள்ளத்துக்கு அணை போடுவது சாத்தியமா? அடுத்த விநாடி அந்த மகள் தாழ்ப்பாளைத் திறந்துகொண்டு வெளியே வந்துவிடுகிறாள்!

பதறிப்போன அவளுடைய தாய், 'ஏய் பெண்ணே, நீ ஏன் வெளியே வந்தாய்? உள்ளே போ!', என்று அவளை இழுத்து அடைத்து, மீண்டும் தாழ்ப்பாள் போடுகிறாள்.

இதுபோன்ற கட்டுப்பாடுகளுக்கெல்லாம் அடங்கக்கூடியதா காதல்? அந்தப் பெண் மீண்டும் தாழ்ப்பாளைத் திறந்துகொண்டு தன் ஆசை நாயகனான சேரனைப் பார்ப்பதற்காக வெளியே ஓடி வருகிறாள்.

இப்படியாக, சேரன் உலா வருகிற வீதிகளிலெல்லாம் அம்மாக்கள் கதவை அடைப்பதும், மகள்கள் அதைத் திறப்பதுமான மௌன நாடகம் திரும்பத்திரும்ப நடந்துகொண்டிருக்கிறது. மூடித் திறந்து, மூடித் திறந்து அந்தத் தாழ்ப்பாள்களும் சலித்துத் தேய்ந்துவிட்டன.

இதனால்தான், அந்த வீதிகளில் இளம்பெண்கள் இருக்கிற எல்லா வீடுகளின் கதவுகளிலும் தாழ்ப்பாள்கள் தேய்ந்து காணப்படுகின்றன. சந்தேகமிருந்தால் நீங்களே பரிசோதித்துப் பார்த்துக்கொள்ளுங்கள்!

> தாயர் அடைப்ப, மகளிர் திறந்திட
> தேயத் திரிந்த குடுமியவே, ஆய்மலர்
> வண்டு(உ)லாஅம் கண்ணி வயமான்தேர்க் கோதையைக்
> கண்டுலாஅம் வீதிக் கதவு.

திரிந்த	-	மாறிய
குடுமி	-	தாழ்ப்பாள் போன்ற அமைப்பு
ஆய்மலர்	-	தேர்ந்தெடுக்கப்பட்ட மலர்கள்
அம்	-	அழகிய
கண்ணி	-	தலையில் அணியும் மாலை
வயமான்	-	வலிமை மிகுந்த குதிரை

11

நல்லவனா நீ?

மாந்தை நகரின் தலைவன் சேர மன்னன்.

மலைபோல் அகன்ற மார்புகளை உடைய வீரன் அவன். எதிர்த்து வரும் பகைவர்களைக் கொன்று குவிப்பவன், அவர்கள் நாட்டில் உள்ள பசுக் கூட்டங்களையும், மற்ற செல்வங்களையும் கொள்ளையடித்துக்கொண்டு திரும்பிவருவான். வீரத்தில் அவனுக்கு இணை வேறு யாரும் இல்லை!

அப்படிப்பட்ட சேரனின் ஆட்சியில் அவன் நாட்டு மக்கள் எல்லோரும் எல்லா வளங்களும் நலங்களும் பெற்றுச் சந்தோஷமாக வாழ்ந்திருந் தார்கள்.

முந்தைய வாக்கியத்தில் 'எல்லோரும்' என்று சொன்னது தவறு. சேரனின் நாட்டில் 'எல்லோரும்' சந்தோஷமாக இல்லை. அவனைக் குற்றம் சொல்லிப் பேசுகிறவர்களும் அந்த நாட்டில் இருந்தார்கள்.

யார் அவர்கள்?

வேறு யார்? சேரனின் அழகைப் பார்த்துக் காதல் கொண்டு மயங்கிய பெண்களின் தாயார்கள்தான்!

நேற்றுவரை பட்டாம்பூச்சிபோல் துள்ளி விளையாடிக்கொண்டிருந்த பெண், இன்றைக்கு இந்தச் சேரனைப் பார்த்தாள். துவண்டு விழுந்து விட்டாள். காதல் வேதனையில் உடல் மெலிந்துவிட்டது. வளையல்க ளெல்லாம் கழன்றுபோய்த் தீராத நோயின் பிடியில் அகப்பட்டதுபோல் வாடிவிட்டாள் இந்தப் பெண்.

இந்தக் கொடுமையைப் பார்த்த அம்மா, 'இப்படி அநியாயமாக என் மகளின் அழகைக் கவர்ந்துபோய்விட்டானே அந்தச் சேரன்! அவனை 'நல்ல அரசன்' என்று நாங்கள் எப்படிச் சொல்லமுடியும்?' என்று நியாயம் கேட்கிறாள்.

ஐயோ பாவம் சேர அரசன். செங்கோல் வளையாமல் நல்லாட்சி நடத்தியும்கூட அவனுடைய சொந்த நாட்டிலேயே அவனுக்கு இப்படி யோர் அதிருப்தியா?

> வரைபொரு நீள்மார்ப, வட்கார் வணங்கும்
> நிரைபொரு வேல்மாந்தைக் கோவே, நிரைவளையார்
> தம்கோலம் வவ்வுதல் ஆமோ; அவர்தாய்மார்
> செங்கோலன் அல்லன் என.

வரைபொரு	-	மலைபோன்ற
வட்கார்	-	எதிரிகள்
நிரை	-	வரிசை / கூட்டம்
கோ	-	தலைவன்
வவ்வுதல்	-	கைப்பற்றுதல்

12

பசலை அழகு

பெண்களின் அழகைக் குறிப்பதற்கு ‘மாமை நிறம்’ என்று சொல்வார்கள்.

‘மாமை நிறம்’ என்பது, மாந்தளிரின் நிறம் - கறுப்பும் இல்லாமல், சிவப்பும் இல்லாமல், வெள்ளையும் இல்லாமல், இவை எல்லாம் கலந்ததுபோன்ற, வார்த்தைகளில் வர்ணிக்கமுடியாத ஓர் அற்புதமான நிறக்கலவை அது.

அந்த ‘மாமை’ நிறத்து மேனி வண்ணம் கொண்ட இளம்பெண்கள்தான் மிக அழகானவர்கள் என்பது அன்றைய நம்பிக்கை. நம் சங்க காலக் கவிதைகளில் பாடப்படும் எல்லா நாயகியரும் பருவ வயதில் ‘மாமை’ நிறத்தவர்களாகதான் இருந்திருக்கிறார்கள்.

அதன்பிறகு, என்ன நடக்கிறது?

அந்தப் பெண்கள் ஒரு வீரனைப் பார்க்கிறார்கள். அவன்மேல் காதல் வயப் படுகிறார்கள். அவனைப் பார்ப்பதற்கு முன்னாலும், பார்க்கும்போதும், அவனோடு சேர்ந்திருக்கும்போதும் இந்த ‘மாமை’ நிறம் அவர்களோடு தான் இருக்கிறது. ஆனால் அவன் அவளை விட்டுப் பிரிந்த மறுவிநாடி, ‘மாமை’ நிறம் மாறி, அவர்களின் உடலில் ‘பசலை’ படர்கிறது!

இதுபற்றிக் குறுந்தொகையில் ஓர் பாடல் உண்டு. பரணர் எழுதியது. ஒரு காதலியின் தவிப்பான வார்த்தைகளாக அமைந்திருக்கும் அழகிய கவிதை அது.

‘ஊர்க் குளத்தில் பாசி படர்ந்திருக்கிறது. யாரேனும் அதில் தண்ணீர் குடிப்பதற்காக வரும்போது அந்தப் பாசி விலகுகிறது. அவர்கள் தாகம் தணிந்து திரும்பிச் சென்றபின், மீண்டும் பாசி தண்ணீரை மூடிக்கொள் கிறது. அதுபோல, என் காதலன் என்னைத் தொடும்போது இந்தப் பசலை விலகுகிறது. அவன் என்னை விடும்போது (பிரியும்போது) மீண்டும் என்னைப் பசலை பிடித்துக்கொள்கிறது’ என்கிறாள் அந்தக் காதலி.

‘பசலை’ என்பதைப் பீர்க்கம்பூவின் நிறம் என்றும், தங்கத்தின் நிறம் என்றும் சொல்கிறவர்கள் உண்டு. இந்தப் பசலை, ‘மாமை’க்கு நேர் எதிர். ‘மாமை’ என்பது உற்சாக அழகு, சந்தோஷ அழகு, ‘பசலை’ என்பது சோகமும், துயரமும் கலந்த அவலட்சணம்.

'மாமை'யால் அழகு கூடுகிறது, 'பசலை'யால் குறைகிறது. பேரழகிகளைக்கூட உருக்கிக் குலைத்துவிடுகிற காதல் நோய் இந்தப் பசலை.

அழகிய குதிரைகள் தாவிப் பாய்கிற தேரில் உலா வருகிறவன் சேரன். அவனைப் பார்த்துக் காதல் கொண்ட பெண்கள், அவன் சென்றதும், பசலை நோய்க்கு ஆளாகிறார்கள். அவர்களின் மாமை நிறம் மறைந்து உடல்முழுதும் பசலை படர்கிறது.

ஆனால், அவர்களுக்கு இதனால் பெரிய வருத்தம் ஏதும் இல்லையாம்.ஏன்?

இதுபற்றி வேறு யார் விளக்கம் சொல்லமுடியும்? சேரனைக் கண்டு மயங்கியவர்களில் ஒருத்தியையே கேட்கவேண்டியதுதான்.

அவள் சொல்கிறாள். 'மாந்தளிர் நிறம் போனால் என்ன? என் அன்புக்குரிய சேரனால் எனக்குக் கிடைத்திருக்கும் இந்தப் 'பசலை'யின் பொன் நிறம் அந்த 'மாமை'யைவிடப் பல நூறு கோடி மடங்கு உசத்தி!'

இப்போது புரிகிறது. இயற்கை அழகான 'மாமை'யின் ஜொலிப்பைவிட, சேரன் தந்த 'பசலை'யையே உயர்வாக நினைக்கிறவர்கள் அவனுடைய காதலியர்.

> வாமான்தேர்க் கோதையை மான்தேர்மேல் கண்டவர்
> மாமையே அன்றோ இழப்பது. மாமையின்
> பன்னூறு கோடி பழுதோஎன் மேனியில்
> பொன்ஊறி யன்ன பசப்பு.

மான்	-	குதிரை
வாமான் தேர்	-	தாவிப் பாயும் குதிரைகள் பூட்டிய தேர்
மாமை	-	மாந்தளிர் நிறம்
பன்னூறு	-	பல நூறு
பழுதோ	-	குறைபட்டதோ
பொன் ஊறியன்ன	-	தங்க நிறம் ஊறியதுபோன்ற
பசப்பு	-	பசலை

13

உயிர் பிழைக்க ஒரே வழி

பூழி நாட்டின் தலைவன் சேர மன்னன். அவனைக் கண்டு, காதல் கொண்ட ஒரு பெண்ணின் கோரிக்கையாக இந்தப் பாடல் மலர்கிறது.

தன்னுடைய ஊரில் உள்ள மக்கள் அனைவரையும், கூவி அழைக்கிறாள் அவள், ‘தண்ணீரும் நிழலும் மற்றவர்களுக்குக் குளிர்ச்சி அளித்து, அவர்களை மகிழ்ச்சியடையச் செய்யும். அதுபோல, எல்லோரின்மீதும் அன்பு கொண்ட என் ஊர் மக்களே, என் குறையைக் கேளுங்கள்.’

‘உனக்கு என்னம்மா குறை?’

‘போரை விரும்பும் மத யானைகளைக் கொண்டவன் சேரன் கோதை. அவன்மேல் எனக்குக் காதல். அவனை நினைத்து உருகிக் கொண்டிருக்கிறது என் நெஞ்சம்.’

‘சரி, அதற்கு ஊர் மக்கள் என்ன செய்யமுடியும்?’

‘காதல் நோயில் வாடிக்கொண்டிருக்கும் நான், இனி உயிர்பிழைப்பதற்கு ஒரே ஒரு வழிதான் இருக்கிறது. அன்புள்ளம் கொண்ட இந்த ஊர் மக்கள்தான் எனக்கு அந்த உதவியைச் செய்யவேண்டும்.’

என்ன உதவி?

‘வேறு என்ன? என்னை அந்தச் சேரனுடன் சேர்த்துவைக்கவேண்டும். செய்வீர்களா?’

> நீரும், நிழலும்போல் நீண்ட அருளுடைய
> ஊரிரே! என்னை உயக்கொண்மின், போரிற்(கு)
> உழலும் களியானைப் பூழியர்கோக் கோதைக்(கு)
> அழலும் என்நெஞ்சம் கிடந்து.

ஊரிர்	-	ஊர் மக்கள்
உயக்கொண்மின்	-	உய்ய / பிழைக்க உதவுங்கள்
உழலும்	-	விரும்பும்
களியானை	-	மதம் பிடித்த யானை
அழலும்	-	உருகும்

14

தடுக்காதே!

கடல்போன்ற படைகளை உடைய சேரன் கோதையின்மேல் காதல் கொண்டாள் ஒரு பெண். அவன் வீதி உலா வரும் செய்தியைக் கேட்டு, அவனைப் பார்ப்பதற்காக ஓடிவந்தாள்.

ஆனால், அவளுடைய அம்மா அவளை வீட்டினுள் தள்ளி, கதவைப் பூட்டிவிட்டாள்!

'இந்த வீட்டுக்கு இருப்பது ஒரே ஒரு கதவு. அதையும் இந்த அராஜக அம்மா அடைத்துவிட்டாள். இனிமேல் நான் என்ன செய்வேன்? எப்படி என் மனம் கவர்ந்த காதலனைப் பார்ப்பேன்?', என்று புலம்புகிறாள் அந்தப் பெண்.

மெல்ல மெல்ல அந்தப் புலம்பல் ஆக்ரோஷ மிரட்டலாக மாறுகிறது, 'ஏய் அம்மா, என் காதலனைப் பார்க்கவிடாமல் தடுத்துவிட்டாய். ஆனால், இதுபோன்ற தடைகளெல்லாம் உண்மையில் வீண் வேலை. உன்னால் எங்கள் காதலைத் தடுக்கமுடியாது', என்கிறாள் அவள்.

'அம்மா, உன்னால், என்னைமட்டும்தான் அடைத்துவைக்கமுடியும். இந்த ஊரில் உள்ளவர்கள் எல்லாம் நான் சேரனின்மேல் கொண்டிருக்கிற காதலைப்பற்றி கதைகதையாகப் பேசுகிறார்களே அவர்கள் வாயை உன்னால் அடைக்கமுடியுமா?'

தேர்ந்தெடுத்த, சிறந்த அணிகலன்களை அணிந்த அந்தப் பெண் தொடர்ந்து சொல்கிறாள்,

'அதுமட்டுமா? இந்தப் பெண் உன்னை நேசிக்கிறாள் என்று இந்த ஊரார் சேரனிடம் போய்ச் சொல்வார்கள். அதை உன்னால் தடுக்கமுடியுமா?'

'உலை வாயை மூடலாம், ஊர் வாயை மூடமுடியுமா?' என்று நம் ஊரில் ஒரு பழமொழி உண்டு. அதுபோல, இந்த மகள், தன் தாயிடம் வாதம் செய்கிறாள், 'அம்மா, நீ என்னைத் தடுத்து எந்தப் பலனும் இல்லை. எப்படியும் இந்த ஊர்மக்கள் என்னைப்பற்றியும், நான் கொண்ட காதலைப்பற்றியும் வதந்தி பேசப்போகிறார்கள். அதைத் தடுக்கமுடியாத நீ என்னைமட்டும் அடைத்துவைத்து என்ன செய்ய முடியும்? பேசாமல், இந்தக் கதவை திறந்துவிடு. நான் என் காதலனைப் பார்த்து மகிழ்கிறேன்!', என்று சொல்லாமல் சொல்கிறாள் இவள்!

> கடல்தானைக் கோதையைக் காண்கொடாள் வீணில்
> அடைத்தாள் தனிக்கதவம் அன்னை, அடைக்குமேல்
> ஆயிழையாய் என்னை அவன்மேல் எடுத்துரைப்பார்
> வாயும் அடைக்குமோ தான!

தானை	-	படை
காண்கொடாள்	-	பார்க்கவிடமாட்டாள்
தனிக்கதவம்	-	ஒற்றைக் கதவு
அடைக்குமேல்	-	அடைத்தால்
ஆயிழை	-	தேர்ந்தெடுத்த அணிகலன்கள் அணிந்த பெண்

15

ரகசியக் கனவுகள்

புன்னை மரங்கள், இளநீர் செழித்த தென்னை மரங்கள், நறுமணம் நிறைந்த மற்ற மலர்கள் செழித்து வளர்ந்து பூத்துக் குலுங்கும் அழகு நகரம் மாந்தை. வளம் மிகுந்த அந்த மாந்தை நகரின் தலைவன் சேரன்.

அந்த நகரத்துப் பெண் ஒருத்தி சேரன்மேல் காதல் கொண்டாள். யாருக்கும் தெரியாமல் ரகசியமாக அவனை நினைத்து உருகினாள்.

தினந்தோறும், அவளுடைய ராத்திரிக் கனவுகளில் சேரன் வந்தான். அவளைக் கட்டித் தழுவினான். தன் ஒருத்திக்கு மட்டும் சொந்தமான அந்தச் சுகத்தில் அவள் மகிழ்ந்திருந்தாள்.

ஆனால், இதுபோன்ற விஷயங்களையெல்லாம் ரகசியமாக வைத் திருப்பது சாத்தியமா என்ன? அவளுடைய தூக்க உளறல்கள், முனகல்கள், செல்லச் சிணுங்கல்களை வைத்து அவளுடைய தோழிகள் விஷயத்தைக் கண்டுபிடித்துவிட்டார்கள்.

மறுநாள் காலை, அவள் விழித்து எழுந்ததும் சிநேகிதிகள் அவளைச் சூழ்ந்துகொண்டார்கள். 'என்னடி? கனவில் உன் காதலன் வந்தானா? என்னவெல்லாம் செய்தான்? எங்களுக்கும் சொல்லமாட்டாயா?' என்றெல்லாம் அவளைக் கேலி செய்தார்கள்.

இதைக் கேட்ட அந்தப் பெண் ஆச்சரியப்படுகிறாள். 'அந்தச் சேரன் எனக்காக, என் கனவில்மட்டும்தானே வந்தான்? அந்தச் சேதி இவர் களுக்கு எப்படித் தெரிந்தது?'

> புன்னாகச் சோலை புனல்தெங்கு சூழ்மாந்தை
> நன்னாகம் நின்றுஅலரும் நல்நாடன், என்ஆகம்
> கங்குல் ஒருநாள் கனவினுள் தைவந்தான்
> என்கொல் இவர்அறிந்த வாறு!

புன்னாகம்	-	புன்னை மரம்
புனல்	-	நீர் (இங்கே, இளநீரைக் குறிப்பது)
தெங்கு	-	தென்னை மரம்
நன்னாகம்	-	நறுமண மலர்களைக்கொண்ட
அலரும்	-	பூத்துக் குலுங்கும்

ஆகம் - உடல்
கங்குல் - இரவு
தைவந்தான் - தழுவினான்

16

ஊசலாடும் மனசு

வறுமையில் வாடும் ஏழைகள் தங்களைவிட வசதியாக வாழ்பவர்களிடம் உதவி கேட்டுச் செல்ல நேர்ந்துவிட்டால், அவர்களின் மனம் இருதலைக்கொள்ளி எறும்பைப்போலத் தத்தளிக்கும்.

நிச்சயமில்லாத இந்தத் தடுமாற்றத்தை ஒரு காதலியின்மீது ஏற்றிச் சொல்கிறார் இந்த முத்தொள்ளாயிரக் கவிஞர்.

'தேர்ந்தெடுத்த மணிகளையும் தங்க ஆபரணங்களையும் அணிந்தவன் சேரன். கம்பீரமான மார்பில் மாலை அசைந்தாடியபடி அவன் தெருவில் வந்தான். அந்த அழகைப் பார்ப்பதற்காக நான் ஓடோடி வந்தேன்' என்கிறாள் ஒருத்தி.

'அப்புறம்? மன்னனைப் பார்த்தாளா, இல்லையா?'

'ம்ஹூம், இல்லை, பார்க்கவில்லை.'

'ஏன்? என்னாச்சு?'

'காதல் என்னை முன்னோக்கித் துரத்தியது. ஆனால், என் நாணம் என்னைப் பின்னோக்கித் தள்ளி, வாசல் கதவையும் அடைத்துவிட்டது!'

'அச்சச்சோ, அப்புறம் என்ன ஆனது?'

'ஒன்றும் ஆகவில்லை!', என்று பெருமூச்சுடன் சொல்கிறாள் அவள், 'பெரும்பணக்காரர்களிடம் உதவி கேட்டுச் செல்லும் ஏழைகள், போவதா, வேண்டாமா என்கிற தயக்கத்தில் முன்னும் பின்னும் நகர்ந்து திரும்பி அலைவதுபோல என் மனம் அவனை நோக்கிச் சென்றது, வெட்கப்பட்டு நின்றது, திரும்பியது, மீண்டும் முன்னே சென்றது, பின்னே வந்தது, இப்படியே ஊசலாடிக்கொண்டு நிற்கிறது!'

ஆய்மணிப் பைம்பூண் அலங்குதார்க் கோதையைக்
காணிய சென்று கதவுஅடைத்தேன் நாணிப்

பெருஞ்செல்வர் இல்லத்து நல்கூர்ந்தார் போல
வரும்செல்லும் பேரும்என் நெஞ்சு.

ஆய்மணி	-	தேர்ந்தெடுத்த மணிகள்
பைம்பூண்	-	தங்க ஆபரணம்
அலங்கு	-	அசையும்
தார்	-	மாலை
நல்கூர்ந்தார்	-	வறியவர்கள்
பேரும்	-	பின்வாங்கும்

17

நெஞ்சே, நீ எங்கே?

இந்தப் பாடலில் வருகிற பெண்ணும் சேரனின்மேல் தீவீரமான காதல் கொண்ட ஒருத்திதான். எதிரிகளைப் பொடிப்பொடியாக்கும் நீளமான வேலைக் கொண்ட அவனைக் காணத் துடிக்கிறாள் இந்தக் காதலி. அவனுக்கு ஒரு தூது அனுப்ப முடிவு செய்கிறாள்.

தூது என்றால்? மானா? மயிலா? மேகமா? அன்னமா?

அதெல்லாம் எதற்கு? சேரனை எண்ணித் துடிக்கிற அவளுடைய மனசு இருக்கிறதே. அது போதாதா? தேர்ந்தெடுத்த ஆபரணங்களையும், தங்க நகைகளையும், மார்பில் அசைந்தாடுகிற மாலையையும் அணிந்த அந்தச் சேரன் கோதையைப் பார்ப்பதற்காக இவள் தன்னுடைய நெஞ்சத்தையே தூதாக அனுப்புகிறாள்.

ஆனால், அவனைத் தேடிச் சென்ற நெஞ்சம் அவளிடம் திரும்பவில்லை. ஏன்? அதுதான் அவளுக்குப் புரியவில்லை.

'குளிர் வாட்டும் மார்கழி மாதம். ஊரெங்கும் பனி பெய்துகொண்டிருக்கிறது. இந்த நிலைமையில் என் காதலன் சேரன் கோதையைக் காணச் சென்ற என் நெஞ்சம் அங்கே எப்படிப் பாடுபடுகிறதோ தெரியவில்லையே!', என்று புலம்பித் தவிக்கிறாள் அவள்.

கடைசியில் அவளே ஒரு முடிவுக்கு வருகிறாள். 'என்னுடைய நெஞ்சம் வேறு எங்கேயும் சென்றிருக்காது. சேரனைப் பார்க்காமல் அங்கிருந்து திரும்புவதில்லை என்கிற உறுதியுடன் அவனுடைய அரண்மனை வாசலில்தான் பரிதவிப்போடு நின்றுகொண்டிருக்கும்.'

'பாவம், என் நெஞ்சுக்குக் குளிர்கிறதோ என்னவோ. தன் கைகளையே போர்வையாகப் போர்த்திக்கொண்டு சேரன் கோதையை எதிர்பார்த்து ஏக்கத்தோடு காத்து நிற்கிறது!' என்கிறாள் அவள்.

காதலியையும் அவள் நெஞ்சத்தையும் இப்படி இருவேறு பாத்திரங்களாகப் பிரித்துச் சொல்வதன்மூலம் காதலியின் உடல் இங்கே இருந்தாலும், உள்ளம் அவன்பின்னே சென்றுவிட்டது என்னும் கருத்தை அழகாகவும் அழுத்தமாகவும் வலியுறுத்துகிறது இந்தப் பாடல்.

கடும்பனித் திங்கள்தன் கைபோர்வை ஆக,
நெடுங்கடை நின்றதுகொல் தோழி நெடுஞ்சினவேல்
ஆய்மணிப் பைம்பூண் அலங்குதார்க் கோதையைக்
காணிய சென்றஎன் நெஞ்சு.

திங்கள்	-	மாதம்
நெடுங்கடை	-	உயரமான கடைவாசல்
நெடுஞ்சினவேல்	-	கொடுமையான, நீண்ட வேல்
ஆய்மணி	-	தேர்ந்தெடுத்த மணிகள்
பைம்பூண்	-	தங்க ஆபரணம்
அலங்கு	-	அசையும்
தார்	-	மாலை

18

காணாமல் போன ஊடல்

ஊடல் கொண்ட பெண்கள், இந்த உலகத்தின் மிகத் தீவீரமான சர்வாதிகாரிகளாகத் தெரிகிறார்கள். பொய்க்கோபமும் செல்லத் திட்டல்களும் பொய்யான கெஞ்சல்களும் மன்னிப்புகளும் ... இவை எல்லாமே காதல் வாழ்க்கையின் சுவாரஸ்யமான பகுதிகள். 'ஊடுதல் காமத்திற்கின்பம்' என்று சும்மாவா சொன்னார் வள்ளுவர்?

இந்தப் பாடலில் சேரனின் காதலி ஒருத்திக்கு அவனோடு ஏதோ ஊடல். 'இன்றைக்கு அந்தக் குடநாட்டுத் தலைவன், வஞ்சிக் கோமான் வரட்டும்', என்று எல்லோருக்கும் கேட்கும்படி கோபமாகக் கத்துகிறாள்.

சுற்றியிருந்த தோழிகள் அனைவரும் அவளுடைய கோபத்தைப் பார்த்துப் பயந்துவிட்டார்கள். 'நம் மன்னர் என்ன தவறு செய்து

விட்டார்? அவர் அப்படியெல்லாம் தப்புச்செய்கிற ஆள் இல்லையே? விஷயம் என்னவானாலும் இந்தப் பெண் அவரை எப்படிப் பாடுபடுத் தப்போகிறாளோ!' என்றெல்லாம் கற்பனை செய்து குழம்பினார்கள்.

சிறிது நேரத்துக்குப்பின் சேரன் வந்தான். அவனைப் பார்த்த மறுவிநாடி, அவளுடைய கோபமெல்லாம் காணாமல்போய்விட்டது! ஓடிச் சென்று, அவனை அணைத்துக்கொண்டாள். 'ஏன் தாமதம்?', என்று செல்லம் கொஞ்சினாள்.

இதைப் பார்த்துக்கொண்டிருந்த எல்லோரும் ஆச்சரியத்தில் திகைத் தார்கள். 'சற்றுமுன் கோபத்தின் உச்சத்தில் இருந்த பெண்தானா இவள்? காதலனைப் பார்த்ததும் இப்படிச் சட்டென்று மாறிவிட்டாளே!', என்று வியந்தார்கள்.

நாம் என்ன சொல்வது? சேரனைப்போல் சிலருக்கு, அப்படி ஓர் அதிர்ஷ்டம்!

> வருக குடநாடன் வஞ்சிக்கோ மான்என்(று)
> அருகலர் எல்லாம் அறிய, ஒருகலாம்
> உண்டாய் இருக்க,அவ் ஒண்தொடியாள் மற்றவனைக்
> கண்டாள்; ஒழிந்தாள் கலாம்.

குடநாடன்	-	குடநாட்டுத் தலைவன்
கோமான்	-	தலைவன்
அருகலர்	-	பக்கத்தில் உள்ளவர்கள்
கலாம்	-	கோபம் / மாறுபாடு
ஒண்தொடியாள்	-	ஒளி வீசும் தோள் வளையல்களை அணிந்தவள்

19

உள்ளம் கவர் கள்வன்

'அழகான சொற்களைப் பேசும் என் தோழியே,

சேரன்மேல் காதல் கொண்ட பெண்ணே, உனக்கு ஒரு சேதி சொல் கிறேன். கேள்!

இந்தச் சேரன் நியாயவான், நேர்மையானவன், செங்கோல் ஆட்சி நடத்துகிறவன் என்றெல்லாம் மக்கள் பேசுகிறார்கள். ஆனால், நீங்கள்

எல்லோரும் நினைப்பதுபோல் நம் சேரன் கோதை நல்லவன் இல்லை. உண்மையில் சிலருக்கு அவன் பெரிய அநீதி இழைத்திருக்கிறான். 'அவன் ஒரு பெரிய திருடன்', என்று பலரும் குற்றம் சாட்டுகிறார்கள். தெரியுமா?

இந்த விஷயம் எனக்கு எப்படித் தெரியும் என்று கேட்கிறாயா? நேற்று மாலை, அவன் ஊர்முழுவதும் உலா வந்தபோது நானும் அவனோடு சென்றேன். அப்போதுதான் இந்த அதிர்ச்சியான உண்மையைத் தெரிந்துகொண்டேன்.

ஊர்வலமாக வரும் சேரனைக் கண்டவுடன் பல பருவப் பெண்கள் அதிர்ச்சியுற்று அலறினார்கள்.

'இவன்தான், என் நலத்தைத் திருடிக்கொண்ட கள்வன். காதல் நோயில் என்னைத் தள்ளிவிட்டவன் இவன்தான்!', என்று ஒருத்தி கத்தினாள்.

இன்னொருத்தி, 'என்னுடைய அடக்கத்தை அழித்தவன் இவன்தான். மனத்தைக் கெடுத்த திருடனும் இவனேதான்!', என்று அழுத்தமாகக் குற்றம் சாட்டினாள். இப்படியாக, அவன் உலா வந்த வீதியெங்கும் ஏகப்பட்ட குற்றச்சாட்டுகள்.

இப்போது சொல், அவன் நிஜமாகவே நல்லவன்தானா? அல்லது, மோசமான திருடனா?'

> இவன் என் நலம்கவர்ந்த கள்வன் இவன் எனது
> நெஞ்சம் நிறையழித்த கள்வன்என்(று) அம்சொலாய்
> செல்லும் நெறியெலாம் சேரலர்கோக் கோதைக்குச்
> சொல்லும் பழியோ பெரிது.

நிறையழித்த	-	அடக்கத்தை அழித்த / மனத்தைக் கெடுத்த
அம்	-	அழகிய
நெறி	-	வழி

20

கெட்டிமேளம் கொட்டட்டும்

காதலில் விழுந்த பெண் அந்தச் சேதியை அவளாக யாருக்கும் சொல்வதில்லை. ஆனால் அவள் உடலிலும் பழக்கவழக்கங்களிலும்

சில சிறிய மாற்றங்கள் தென்படும். அதை வைத்து மற்றவர்கள் விஷயத்தை எளிதாக ஊகித்துவிடலாம்.

ஆனால், வேடிக்கையான விஷயம். அன்றுமுதல், இன்றுவரை, இந்தக் காதலியரின் அம்மாக்களுக்கு மட்டும் இந்த சூட்சுமச் செய்தி புரிவதே இல்லை.

ஏனெனில், அவர்களைப்பொறுத்தவரை அவள் பருவப் பெண் அல்ல. இன்னும் சிறு குழந்தைதான் என்று நினைக்கிறார்கள்.

இப்போது, ஒரு குழந்தை திடீரென்று நிலைமாறி, உற்சாகம் குறைந்து, ஒரே திசையைப் பார்த்துக்கொண்டு உட்கார்ந்திருந்தால் நாம் உடனே என்ன நினைப்போம், 'ஐயோ, ஏதோ தெய்வகுற்றம் நிகழ்ந்துவிட்டது' என்று பதறுவோம், அல்லது, 'யாரோ என் குழந்தைக்குச் சூனியம் வைத்துவிட்டார்கள்' என்று அலறுவோம். இல்லையா?

அந்தக் காலத் தாய்மார்களும், காதல்வயப்பட்ட தங்கள் மகளின் 'நிலைமை'யைக் கண்டு அப்படி ஒரு முடிவுக்குதான் வந்தார்கள், 'ஏதோ தெய்வ குற்றம், அதைப் போக்குவதற்கான பரிகாரம் செய்யவேண்டும்' என்கிற திசையில்தான் அவர்களின் சிந்தனை சென்றது.

ஆகவே, அவர்கள், இறைவனை பூஜிக்கும் வெறியாடலுக்கு ஏற்பாடு செய்கிறார்கள். இதற்கென்று தனியான களம் அமைக்கிறார்கள். ஏதேதோ பூஜைகளைச் செய்கிறார்கள். வெள்ளாட்டைப் பலி கொடுக் கிறார்கள். புனித நீரில் அவளைக் குளிக்கச் சொல்கிறார்கள்.

இதையெல்லாம் பார்த்த மகள் சிரிக்கிறாள், 'என் அன்புக்குரிய அம்மா, நீ சொல்கிற அனைத்தையும் நான் மறுக்காமல் செய்கிறேன், ஆனால், என்னுடைய ஒரே ஒரு கேள்விக்குமட்டும் நீ பதில் சொல்லவேண்டும்.'

அம்மாவுக்கு இப்போதும் விஷயம் புரியவில்லை, 'என்னடி கேட்கப் போகிறாய்?', என்று அதட்டுகிறாள்.

அழுத்தமான குரலில் பேசுகிறாள் மகள், 'அம்மா, கோபம் மிக்க வேலைக் கையில் ஏந்தி, போர்க்களங்கள் பல கண்டவன், வெற்றி களைக் குவித்தவன், அந்தச் சேரன் கோதையை நான் காதலிக்கிறேன். அந்தக் காதலால் உண்டான இந்த நோய், இப்படி ஆண்டவனைப் பிரார்த்தித்துப் புனித நீரில் குளித்தால் போய்விடுமா என்ன?'

ஒருவழியாக, அந்தத் தாய்க்கு மகள் சொல்லும் ரகசியச் செய்தி புரிகிறது, 'இந்தச் சடங்குகளெல்லாம் வேண்டாம். சீக்கிரம் கெட்டி மேளத்துக்கு ஏற்பாடு செய் அம்மா!'

காராட்(டு) உதிரம்தூஉய் அன்னைகளன் இழைத்து
நீராட்டி நீங்(கு)என்றால் நீங்குமோ போராட்டு

வென்று களம்கொண்டு வெஞ்சினவேல் கோதைக்(கு)என்
நெஞ்சு களங்கொண்ட நோய்.

காராடு	-	வெள்ளாடு
உதிரம்	-	ரத்தம்
தூஉய்	-	தூவி
களன்	-	தெய்வத்துக்கான பூஜை / வெறியாடல் நடைபெறும் இடம்
போராட்டு	-	போரில் பங்குபெற்று
வெஞ்சினவேல்	-	கோபம் மிக்க வேல்

21

சேரனிடம் செல்வோம்

வளம் மிகுந்த மாந்தை நகரத்தின் தலைவன் சேரன். அவனுடைய ஆட்சியில் எல்லோரும் எல்லா நலன்களும் பெற்று சந்தோஷமாக வாழ்கிறார்கள்.

ஆனால், இந்தப் பெண்ணுக்குமட்டும் ஒரு பெரிய மனக்கவலை.

அந்தக் கவலைக்குக் காரணம், அரசன் சேரன்தான்!

அவன்மேல் காதல் கொண்டவள் இந்தப் பெண். இப்போது அவனைச் சேரும் வழி அறியாமல் தவிக்கிறாள்.

இந்தப் பிரச்னையை அறிந்த ஒரு தோழி, அவளை அணைத்து ஆறுதல் சொல்கிறாள்:

'நெற்றியில் திலகம் ஒளிவிடும் என் தோழியே, நமக்கு ஒரு பிரச்னை என்றால், நமக்கு ஒரு மனக்குறை தோன்றினால், நாம் அதை நம்முடைய மன்னனிடம்தான் சொல்லவேண்டும். அதுதான் இந்த உலகத்தின் வழக்கம்.'

'அவன் இந்த நாட்டுக்கு அரசனாக இருக்கலாம். ஆனால், அவனுடைய ஆட்சியில் வாழும் ஒரு பெண் அவனை அணுகி, தன்னுடைய பிரச்னையைச் சொல்லும்போது, அதைத் தீர்த்துவைக்கவேண்டியது அவனுடைய கடமை', என்று வலியுறுத்துகிறாள் அந்தச் சிநேகிதி.

இப்படிப் பலவிதமான ஆறுதல் மொழிகளைப் பேசி, தொடர்ந்து அழுதுகொண்டிருக்கும் அந்தக் காதலியின் கண்ணீரைத் துடைக்கிறாள் இவள். ‘தோழியே, நீ என்னோடு புறப்படு, நாம் அரசன் சேரனிடம் செல்வோம், நம்முடைய மனக்குறையை எடுத்துச்சொல்லி, உன் காதலன் சேரனுடன் உன்னைச் சேர்த்துவைக்கும்படி அவனையே கேட்போம்’ என்கிறாள்.

மல்லல்நீர் மாந்தையார் மாக்கடுங்கோக்(கு) ஆயினும்
சொல்லவே வேண்டும் நமகுறை நல்ல
திலகம் கிடந்த திருநுதலாய்; அஃதால்
உலகம் கிடந்த இயல்பு.

மல்லல்	-	வளமை / செல்வம்
கோ	-	அரசன்
நமகுறை	-	நம் குறைகள்
நுதல்	-	நெற்றி
அஃதால்	-	அதுதான்
உலகம் கிடந்த இயல்பு	-	உலக நடைமுறை

பகுதி 2

சோழன்

22

இவன் யாரோ?

முத்தொள்ளாயிரத்தின் இரண்டாவது பகுதியில், சோழனைப்பற்றிய பாடல்கள் இடம்பெற்றுள்ளன.

ஒரு பெண், முதன்முதலாகச் சோழ அரசனைப் பார்க்கிறாள். 'யார் இந்தப் பேரழகன்?' என்று வியக்கிறாள். அதுதான் இந்தப் பாடலின் சாராம்சம்.

அந்தப் பெண் அதற்குமுன்னால் சோழனைப் பார்த்தது கிடையாது. ஆகவே, தனக்குத் தெரிந்த பெருமைக்குரிய மற்ற சிலரை நினைத்துப் பார்த்து, 'ஒருவேளை, இவன், அவனாக இருப்பானோ?' என்று ஊகிக்கிறாள்.

முதலாவதாக அவள் நினைவுக்கு வருவது, வானத்து தேவர்களின் தலைவனாகிய இந்திரன். சோழனின் அழகைப் பார்த்து மயங்கி, 'இவன்தான் அந்த இந்திரனோ?' என்று எண்ணுகிறாள் அவள்.

உடனடியாக, அவளுடைய கேள்விக்குப் பதிலும் கிடைத்துவிடுகிறது, 'இந்திரனுக்கு ஆயிரம் கண்கள் உண்டு. ஆனால், இந்த அழகனுக்கு இரண்டே கண்கள்தான் இருக்கின்றன. ஆகவே, இவன் இந்திரன் இல்லை.'

அடுத்ததாக, காளை வாகனத்தில் பவனி வரும் சிவபெருமானை நினைக்கிறாள் அவள், 'சிவபெருமான்தான் இங்கே என்முன்னே வந்திருக்கிறானோ?'

'இல்லை', என்று உடனடியாகத் தெளிகிறாள் அந்தப் பெண், 'சிவபெரு மானின் தலையில் பிறை உண்டு, ஆனால் இவன் தலையில் பிறை இல்லை. ஆகவே, இவன் சிவனும் இல்லை.'

மூன்றாவதாக, கோழிக் கொடியைத் தாங்கிய முருகனை எண்ணிக்கொள் கிறாள் அந்தப் பெண். 'முருகன்' என்றால் 'அழகு' என்று சொல் வார்களே, இந்தப் பேரழகன், முருகன்தானோ?

இந்தக் கேள்வி தோன்றிய மறுவிநாடி, அவளே பதிலும் சொல்லிக்கொள் கிறாள், 'இல்லை, முருகனுக்கு ஆறுமுகங்கள், ஆனால், இவனுக்கோ ஒரே ஒரு முகம்தான், ஆகவே, இவன் முருகனும் இல்லை.'

இப்படிப் பலவிதமாக எண்ணிக் குழம்பியபிறகு, கடைசியில் ஒரு முடிவுக்கு வருகிறாள் அந்தப் பெண். 'இந்திரனும் இல்லை, சிவபெரு மானும் இல்லை, முருகனும் இல்லை, மற்ற அழகு தேவர்களெல்லாம் இல்லை. அப்படியானால், இந்த அழகன் கடல் சூழ்ந்த இந்த உலகத்தை ஆளும் சோழ மன்னனாகதான் இருக்கவேண்டும்!'

ஏனெனில், சோழனின் அழகு, வானுலக தேவர்கள் எல்லோருடைய அழகுக்கும் இணையானது!

இந்திரன் எனின், இரண்டேகண்; ஏ(று)ஊர்ந்த
அந்தரத்தான் என்னின், பிறைஇல்லை - அந்தரத்துக்
கோழியான் என்னின் முகன்ஒன்றே கோதையை
ஆழியான் என்(று)உணரப் பாற்று.

ஏறு	-	காளை
ஏறு ஊர்ந்த	-	காளையின்மீது பயணம் செய்த,
அந்தரத்தான்	-	வானத்தில் வாழும் இறைவன்
கோழியான்	-	கோழிக் கொடியைக் கொண்ட முருகன்,
ஆழியான்	-	கடல் சூழ்ந்த உலகத்தை ஆள்பவன்

23

சோழன் குடை

போர்கள் அனைத்திலும் வெற்றி காண்பவன் சோழ மன்னன். அவனுடைய ஆட்சி இந்த உலகத்துக்கே பாதுகாப்பாக இருக்கிறது. அந்தச் சோழ அரசின் பிரம்மாண்டமும் மக்களுக்கு அது தருகிற பாதுகாப்பு உணர்வும் இந்தப் பாடலில் விவரிக்கப்படுகிறது.

மழை வரும்போது ஒரு பெரிய குடையின்கீழே மக்கள் அச்சமின்றி நிற்பார்கள். அதுபோல சோழனின் வெண்கொற்றக்குடை இந்த உலகத்தைப் பாதுகாப்பாக வைத்திருக்கிறது. அந்தக் குடையின் கைப்பிடிக் காம்பு எது தெரியுமா? வானத்தை முட்டும் அளவுக்கு வளர்ந்து நிற்கிற 'மந்தரகிரி' எனப்படும் மந்தர மலைதான்.

குடையின் விரிந்த ஓலைப்பகுதியாக, நீல மணிபோன்ற ஆகாயம் திகழ்கிறது.

வானத்தில் மின்னும் வெண்ணிலவு, அந்தக் குடையில் வைக்கப் பட்டிருக்கும் பொட்டாகத் தெரிகிறது.

இப்படி, மந்தர மலையைக் கைப்பிடியாகவும், வானத்தை ஓலை யாகவும், வெண்ணிலவைப் பொட்டாகவும் கொண்ட சோழனின் வெண்கொற்றக் குடை, கடலால் சூழப்பட்டிருக்கும் இந்த உலகத்தின் உயிர்களுக்கெல்லாம் நிழல் தந்து அவர்களைப் பாதுகாக்கிறது!

மந்தரம் காம்பா மணிவிசும்(பு) ஓலையாத்
திங்கள் அதற்கோர் திலகமா, எங்கணும்
முற்றுநீர் வையம் முழுதும் நிழற்றுமே
கொற்றப்போர்க் கிள்ளி குடை.

காம்பா	-	கைப்பிடியாக
விசும்பு	-	வானம்
ஓலையா	-	விரிந்த பரப்பாக
எங்கணும்	-	எல்லா இடங்களிலும்
முற்று	-	முற்றுகையிடுகிற / சூழ்ந்துகொள்ளுகிற
நிழற்றுமே	-	நிழல் தருமே
கொற்றம்	-	வெற்றி / வீரம் / வலிமை

24

இன்னோர் ஒலி

சோழ நாட்டில், எப்போதும்போல் நல்ல விளைச்சல்.

வயல்களெங்கும் செழித்து வளர்ந்துள்ள தானியங்களை உழவர்கள் அறுவடை செய்து, களத்தில் குன்றுபோல் குவித்து வைத்திருக்கிறார்கள். இரவுப்பொழுதில் காவல் உழவர்கள் அதை பத்திரமாகப் பாதுகாக்கிறார்கள்.

மறுநாள் காலை, மீண்டும் வேலை தொடங்கவேண்டிய நேரம். ஆகவே, அந்தக் காவல் உழவர்கள் களத்தில் உள்ள வைக்கோல் போரின்மீது ஏறி, மற்ற உழவர்களை அழைப்பதற்காக ஆரவாரமாகச் சத்தம் எழுப்புகிறார்கள்.

அதிகாலையில் எழுகின்ற அந்த மங்கல ஒலியைக் கேட்கும்போது, நம் புலவருக்கு வேறோர் 'ஒலி' நினைவுக்கு வருகிறது.

சோழ அரசன் கிள்ளி, போர்க்களத்தில் எதிரிகளோடு சண்டையிடும் போது, பகைவர்களைக் கொல்லுகின்ற அவனது பட்டத்து யானையின் மீது அமர்ந்துகொண்டு எமனையே கூவி அழைப்பானாம்.

எமனை ஏன் அழைக்கவேண்டும்?

காரணம் இருக்கிறது. போரில் சோழன் ஏகப்பட்ட எதிரி நாட்டு வீரர்களைக் கொன்று குவிக்கப்போகிறான். அவர்களுடைய உயிர் களையெல்லாம் கவர்ந்து செல்லவேண்டாமா? அதற்காகத்தான் சோழன் எமனை அந்தப் போர்க்களத்துக்கு அழைக்கிறான்.

உழவர்கள் எழுப்புகிற இந்தச் சத்தம், போர்க்களத்தில் சோழன் செய்கின்ற அந்த வீர ஒலியை நினைவுபடுத்துவதாக ஒப்பிடுகிறது இந்தப் பாடல்.

காவல் உழவர் களத்(து)அகத்துப் போர்ஏறி
நாவலோஓ! என்றிசைக்கும் நாளோதை காவலன்தன்
கொல்யானை மேலிருந்து கூற்றிசைத்தால் போலுமே
நல்யானைக் கோக்கிள்ளி நாடு.

களத்து அகத்து	-	களத்தில் இருந்து
போர்	-	வைக்கோல் போர்
நாவல்	-	உழவர்கள் மகிழ்ச்சியால் எழுப்பும் ஒலி
ஓதை	-	ஆரவாரம்
கொல்யானை	-	(பகைவர்களைக்) கொல்லுகின்ற யானை
கூற்று	-	எமன்
இசைத்தால்போல்	-	சப்தமிடுவதுபோல்
கோக் கிள்ளி	-	(சோழ) அரசன் கிள்ளி

25

தரையில் வானவில்

சோழன் ஆட்சியில், உறந்தை நகரில் நிகழ்கிற ஓர் அழகான காட்சி இந்தப் பாடலில் விவரிக்கப்படுகிறது.

வளம் மிகுந்த உறந்தை நகரத்தில் ஒரு காலை வேளை. அந்த நகரின் கடை வீதியெங்கும் பூ மாலைகள், இதர ஜோடனைகளைச் செய்து விற்பவர்கள் நிறைந்திருக்கிறார்கள். அவர்கள் சாலையில் செல்லும் மக்களைப் பார்த்துக் கூவுகிறார்கள், 'ஐயா, இந்த மாலையை வாங்கிக் கோங்க.', 'அம்மா, இந்தப் பூவேலையைப் பாருங்கம்மா, நல்லா இருக்கு!'

இப்படி விற்பனையிலும் விளம்பரத்திலும் ஈடுபட்டிருக்கும்போது கூட, அவர்களின் கைகள்மட்டும் சும்மா இருக்கவில்லை. சுறுசுறுப்பாக அடுத்த மாலையைக் கட்டிக்கொண்டிருக்கிறார்கள். தரமான மாலை களைமட்டுமே செய்து விற்கிற அந்தக் கலைஞர்கள், எப்போதும் மிகச் சிறந்த பூக்களைத்தான் தேர்ந்தெடுத்துக் கட்டுகிறார்கள். சுமாரான, வண்ணம் குறைந்த, வாடிய, அல்லது லேசாகச் சிதைந்த பூக்களை யெல்லாம் உடனடியாக நிராகரித்து, வீசி எறிந்துவிடுகிறார்கள்.

இப்படி அவர்கள் வீசி எறிந்த பூக்கள், சாலையெங்கும் நிறைந்து குவிந் திருக்கின்றன. 'வேண்டாம்' என்று விலக்கிய பூக்களே இப்படிக் குவிந் திருக்கிறது என்றால், அந்த நாட்டின் வளத்தை நாமே ஊகித்துக் கொள்ளலாம். உறந்தை நகர் வீதியில் பல வண்ணப் பூக்கள் இப்படி மொத்தமாகச் சிதறியிருப்பதைப் பார்க்கும்போது, விண்ணில் தோன்று கிற அந்த வானவில்லே தரையில் உதித்துவிட்டதுபோல் தெரிகிறது!

மாலை விலைபகர்வார் கிள்ளிக் களைந்தபூச்
சால மிகுவதோர் தன்மைத்தாய்க் காலையே
வில்பயில் வானகம் போலுமே வேல்வளவன்
பொற்பார் உறந்தை அகம்.

பகர்வார்	-	சொல்பவர்கள்
சால	-	நிறைய
மிகுவது	-	அதிகரிப்பது
வில்பயில் வானகம்	-	வானவில் தோன்றும் வானம்
பொற்பார்	-	அழகு நிறைந்த

26

கூட்டமோ கூட்டம்

உறந்தை நகரில் வாழ்கிற சோழனின் அரண்மனை. அந்த அரண் மனையின் வாயிலில் ஏகப்பட்ட கூட்டம்.

அங்கே ஒருவரோடு ஒருவர் நெருக்கியடித்துக்கொண்டு நிற்பவர்கள் எல்லோரும் சாதாரணமானவர்கள் இல்லை. சோழனின் ஆட்சிக்கு உள்பட்ட குறுநில மன்னர்கள்!

இப்படி முண்டியடித்துக்கொண்டு எதற்காக இங்கே கூடியிருக் கிறார்கள்?

இந்தக் குறுநில மன்னர்கள் சோழனின் ஆட்சியை ஏற்றுக்கொண்டு அவனுக்குக் கப்பம் (வரி) செலுத்தவேண்டும். அந்தத் தொகையைச் செலுத்துவதற்கு இன்றுதான் கடைசி நாள்.

ஒருவேளை, அவர்கள் குறிப்பிட்ட தொகையை இன்றைக்குள் செலுத் தாவிட்டால், அநாவசியமாக சோழனின் கோபத்துக்கு ஆளாக நேரிடும். நாளைக் காலை சோழன் அவர்கள்மேல் போர் தொடுத்து விடுவான். அதன்பின் அவர்களின் கதி, அதோகதிதான்.

அந்தப் பயத்தில்தான், இந்த மன்னர்களெல்லாம் கூட்டம் கூட்டமாகச் சோழனின் அரசவையில் கூடியிருக்கிறார்கள். சோழனை நேரில் பார்த்து வரியைச் செலுத்திவிட்டு நிம்மதியுடன் திரும்பிச் செல்கிறார்கள்.

இப்படி வருகிறவர்களை சோழனின் அரண்மனைக் காவலர்கள் ஒழுங்குபடுத்தி வரிசையில் அனுப்புகிறார்கள், 'மன்னர்களே, என்ன அவசரம்? ஏன் இப்படி ஒருவரையொருவர் தள்ளிக்கொண்டு முண்டிய டிக்கிறீர்கள்?', என்று கேலியாகக் கேட்கிறார்கள் அவர்கள், 'அவசரப் படாதீர்கள், பொறுமையாக, ஒருவர்பின் ஒருவராக வரிசையில் வாருங்கள், கப்பம் செலுத்துங்கள்.'

'நேற்றைக்கு இப்படித்தான், பல மன்னர்கள் சோழனைப் பார்த்துக் கப்பம் செலுத்த வந்திருந்தார்கள். அந்த மன்னர்கள் மொத்தமாகச் சோழனின் பாதங்களில் பணிந்து, கப்பத்தைச் செலுத்தியபோது, அவர்கள் அணிந்திருந்த மணிமுடிகள் சோழனுடைய காலில் குத்தி விட்டன. இன்னும் பல மன்னர்கள் இப்படியே செய்ய, சோழனின் கால், கிரீடங்கள் குத்திக் குத்திப் புண்ணாகிவிட்டது. அந்த காயம் இன்னும் ஆறவில்லை.'

'அதனால்தான் சொல்கிறோம், கொஞ்சம் பொறுமையுடன் வரிசையில் வாருங்கள். குளிர்ச்சியான அருளுடைய சோழனை தரிசியுங்கள், சற்றே எட்ட நின்று, அவனுடைய கால் காயத்தைத் தொந்தரவு செய்யாமல் பணிந்து, வணங்கி, உங்கள் கப்பத்தைச் செலுத்திவிட்டுத் திரும்பிச் செல்லுங்கள்.'

இந்தப் பாடலின் நோக்கம், மற்ற அரசர்களைக் கேலி செய்வது அல்ல. பேரரசனாகிய சோழன் ஏகப்பட்ட குறுநில மன்னர்களைப் போரில்

வென்று, தன் ஆட்சிக்கு உட்பட்டவர்களாக வைத்திருந்தான். அந்தச் செய்திதான் இந்தப் பாடலில் பெருமையுடன் சுட்டிக்காட்டப்படுகிறது.

நின்றுஈமின் மன்னீர்நெருநல் திறைகொணர்ந்து
முன்தந்த மன்னர் முடிதாக்க இன்றும்
திருந்தடி புண்ணாகிச் செவ்வி இலனே
பெருந்தண் உறந்தையார் கோ.

ஈமின்	-	கொடுங்கள்
மன்னீர்	-	மன்னர்களே
நெருநல்	-	நேற்று
திறை	-	வரி
கொணர்ந்து	-	கொண்டுவந்து
திருந்தடி	-	அழகிய பாதங்கள்
செவ்வி இலன்	-	அழகு / நலம் கெட்டவன்
தண்	-	குளிர்ச்சி
கோ	-	தலைவன்

27

கிள்ளியின் யானை

அந்தக் காலத்தில், மன்னர்கள் தங்களின் கோட்டைகளைப் பாதுகாக்கப் பலவிதமான ஏற்பாடுகளைச் செய்திருந்தார்கள்.

அவற்றில் முதலாவது, கோட்டைக்கு வெளியே ஓடும் ஆழமான அகழி. அதில் நீந்தித் திரிகிற பசித்த முதலைகளைத் தாண்டினால்தான் எதிரிகள் கோட்டையை நெருங்கவே முடியும்!

அகழியை அடுத்து, அவர்கள் கோட்டையின் மதில் சுவரில் பொருத்திய அயில் கதவம், எயில் கதவம் ஆகிய கதவுகளைச் சந்திக்கவேண்டும்.

'கதவம்' புரிகிறது. அதென்ன அயில், எயில்?

'அயில்' என்பது ஈட்டி அல்லது சூலாயுதத்தைக் குறிக்கிறது. கோட்டையின் வெளிச்சுவரில் பொருத்தப்பட்டுள்ள இந்தக் கதவில், நெருக்கமாகப் பல ஈட்டி முனைகள் இருக்கும். கிட்டத்தட்ட ஒரு முள்படுக்கையை நிமிர்த்திவைத்தாற்போல.

கதவில் ஈட்டி முனைகளைப் பொருத்துவதால் என்ன பயன்?

பொதுவாக கோட்டைச் சுவர்களில் உள்ள கதவுகள் மிகவும் பெரியதாக இருக்கும். அவற்றைக் கையால் தட்டி, அடித்து, உடைத்துத் திறக்க முடியாது.

ஆகவே, எதிரி நாட்டுப் படையினர் தங்களுடைய யானைகளைக் கொண்டுவந்து கோட்டைக் கதவுகளில் மோதுவார்கள். அப்போது அவை உடைந்து சிதறிவிடும்.

ஆனால், 'அயில் கதவம்' என்கிற இந்தக் கதவிடம் மட்டும் அந்த சாக்சம் பலிக்காது. காரணம், கதவில் உள்ள ஈட்டி முனைகள் யானைகளின் முகத் தில் குத்தும். வலி பொறுக்கமுடியாமல் யானைகள் ஓடிப்போய்விடும்.

ஒருவேளை, அவர்கள் இந்த அயில் கதவத்தைத் திறந்து உள்ளே நுழைந்துவிட்டால்கூட, பிரச்னை இல்லை. கோட்டையில் உள்புறச் சுவரில் 'எயில் கதவம்' என்ற இன்னொரு வலுவான கதவு காத் திருக்கிறது. இதையும் திறந்தால்தான் அவர்கள் கோட்டையினுள் பிரவேசிக்கமுடியும்.

பெரும்பாலான மன்னர்கள் தங்களுடைய கோட்டைகளில் இப்படிப் பலமான, பாதுகாப்பான ஏற்பாடுகளைச் செய்துவைத்திருக்கிறார்கள். அதனால், நிம்மதியோடு தூங்குகிறார்கள்.

ஆனால், கொடுமையான, கோபம் மிகுந்த வேலைக் கொண்ட எங்கள் தலைவன் சோழன் இருக்கிறானே, அவன் ஒரு நாட்டின்மீது பகை கொண்டுவிட்டான் என்றால் அவ்வளவுதான். எப்பேர்ப்பட்ட பாது காப்பு ஏற்பாடுகளும் அவனுக்குக் கால் தூசி ஆகிவிடும்.

சோழனின் போர் யானை, யுத்தக் களத்தினுள் மின்னலெனப் பாய்கிறது. அயில் கதவத்தின்மீது பாய்ந்து, அதை உலுக்கித் திறக்கிறது, அதே வேகத்தில் உள்ளே நுழைந்து, வலிமையான எயில் கதவத்தைத் தன்னுடைய தந்தங்களால் குத்திப் பிளந்துவிடுகிறது.

கதவுகள் திறந்ததும், இரு நாட்டு வீரர்கள் ஒருவரோடு ஒருவர் நேரடியாக மோதிக்கொள்கிறார்கள். கடுமையான போர் தொடங்கு கிறது. இந்தச் சண்டைக்கு நடுவே, சோழனின் போர் யானை கம் பீரமாக நிற்கிறது. அதன் தந்தத்தில் குத்திய கதவு அங்கேயே சிக்கிக் கொண்டிருக்கிறது.

கடல்போல் பரந்து விரிந்த படைகளுக்கு இடையே இந்த யானையும் கதவும் தனித்து நிற்கிற காட்சியைப் பார்க்கும்போது, பனிக்கடலில் ஒரு பாய்மரக் கலம் ஓய்ந்து நிற்பதுபோல் தெரிகிறது!

அயில்கதவம் பாய்ந்துஉழக்கி ஆற்றல்சால் மன்னர்
எயில்கதவம் கோத்துஎடுத்த கோட்டால் பனிக்கடலுள்
பாய்ந்துஓய்ந்த நாவாய்போல் தோன்றுமே; எம்கோமான்
காய்சினவேல் கிள்ளி களிறு.

அயில்	-	சூலாயுதம் / ஈட்டி
கதவம்	-	கதவு
உழக்கி	-	மிதித்து / கலக்கி / சிதைத்து
ஆற்றல்சால்	-	ஆற்றல் நிறைந்த
எயில்கதவம்	-	அயில் கதவத்திற்குப்பின் உள்ள கதவு
கோத்து	-	குத்தி
கோடு	-	கொம்பு / தந்தம்
நாவாய்	-	மரக்கலம்
கோமான்	-	அரசன்
காய்சினவேல்	-	கொடிய, கோபம் மிகுந்த வேலைக் கொண்ட
களிறு	-	ஆண் யானை

28

யானையின் வெட்கம்

சென்ற பாடலில், கிள்ளியின் யானை போர்க்களத்தில் செய்த வீர தீரச் செயல்களைப் பார்த்தோம்.

இப்போது, போர் முடிந்துவிட்டது. வெற்றி மாலை சூடிய சோழனின் வீரர்களோடு யானைகளும் குதிரைகளும் நாடு திரும்புகின்றன.

சோழனின் ஆண் யானை (களிறு), அதன் காதலியாகிய பெண் யானையைப் (பிடி) பார்ப்பதற்காகச் செல்கிறது. ரொம்ப நாளாகக் காதலியைப் பிரிந்திருந்த காரணத்தால், இந்தக் காலக் காதலர்களைப்போல உரத்த குரலில் காதல் பாட்டுகள் பாடிக்கொண்டு மிகுந்த ஆவலோடு அதைத் தேடி ஓடுகிறது.

ஆனால், அந்தப் பெண் யானையின் வீட்டு வாசலுக்குச் சென்றதும், இந்த ஆண் யானை தயங்கி நின்றுவிடுகிறது. அதற்குமேல் நடக்க முடியாததுபோல் அங்கேயே வெட்கப்பட்டு நின்றுகொள்கிறது.

ஏன்?

போரில் எதிரி நாட்டுக் கோட்டைச் சுவர்களில் மோதி மோதி, கொடி பறக்கும் அந்த மதில்களைச் சாய்த்துச் சாய்த்து, அந்த யானையின் கம்பீரமான தந்தம் உடைந்து போயிருக்கிறது.

அதுமட்டுமா? பகை அரசர்களின் மணிமுடிகளைத் தனது கால்களால் இடறி இடறி, அதன் கால் நகமும் தேய்ந்திருக்கிறது.

'தந்தம் உடைந்து, நகம் தேய்ந்து, இப்படி அழகில்லாத நிலையில் நான் எப்படி என் காதலியைப் பார்ப்பேன்?' என்று வெட்கப்பட்டுக் கொண்டு அந்த யானை புறக்கடையிலேயே தயங்கி நிற்கிறது.

போரில் யானைகளுக்கு இப்படிப்பட்ட காயங்கள் உண்டாவது இயல்புதான். ஆனால், காதலியைப் பார்க்கத் தயங்கும் யானையுடைய நாணத்தின்மீது இந்தச் செய்தியை அழகாக ஏற்றிச் சொல்வதால், அந்தப் போரின் கடுமையையும் தீவீரமாகப் போரிட்ட சோழன் யானையின் வீரத்தையும் சிறப்பாக வெளிப்படுத்துகிறது இந்தப் பாடல்.

> கொடிமதில் பாய்ந்துஇற்ற கொடும், அரசர்
> முடிஇடறித் தேய்ந்த நகமும், பிடிமுன்பு
> பொல்லாமை நாணிப் புறக்கடை நின்றதே
> கல்லார்தோள் கிள்ளி களிறு.

இற்ற	-	முறிந்த
கோடு	-	தந்தம்
பிடி	-	பெண் யானை
பொல்லாமை	-	தீமை
புறக்கடை	-	வெளிப்பக்கம்
கல்லார்தோள்	-	கல்போன்ற தோள்
களிறு	-	ஆண் யானை

29

மிதிபட்ட நகரங்கள்

உறையூரைச் சேர்ந்த சோழன் கிள்ளியின் போர் யானை, அபூர்வமான ஒன்று.

அதிகாலையில் உறையூரிலிருந்து கிளம்பிய அந்த யானை முதலில் காஞ்சி நகருக்குச் சென்றது, அதை ஒரு காலால் மிதித்தது. (அதாவது, அந்த நாடு சோழனுக்கு உரிமையாகிவிட்டது!)

அடுத்ததாக, நீர் அலைகள் தத்திக் குதிக்கிற குளிர்ச்சியான உஜ்ஜயினி நகருக்குச் சென்றது அந்த யானை. அதை இன்னொரு காலால் மிதித்தது. அதன்பின்னர், கடலைக் கடந்து, இலங்கை / ஈழத்தையும் ஒரு காலால் மிதித்தது.

இப்படியாக, எல்லா நாடுகளையும் தன் காலால் மிதித்து, வெற்றி கண்டபின், உறையூர் நகருக்குத் திரும்பியது அந்த யானை.

அந்தக் காலத்தில் அரசர்கள் வெவ்வேறு நாடுகளுக்குப் பயணம் செய்வார்கள். அந்தந்த நாட்டு மன்னர்களுடன் போரிட்டு, வென்று தங்களின் ராஜாங்கத்தை விரிவுபடுத்திக் கொள்வார்கள். சோழன் கிள்ளி அப்படி தான் காஞ்சி, உஜ்ஜயினி, இலங்கை ஆகிய பகுதிகளை வென்றான். அந்தச் செய்தியை, இந்தப் பாடல் மறைமுகமாக உணர்த்துகிறது!

கச்சி ஒருகால் மிதிபா, ஒருகாலால்
தத்துநீர்த் தண்உஞ்சை தான்மிதியாப் பிற்றையும்
ஈழம் ஒருகால் மிதிபா வருமே,நம்
கோழியர்கோக் கிள்ளி களிறு.

கச்சி	-	காஞ்சி நகரம்
மிதியா	-	மிதிக்கும்
தத்து	-	தத்திக் குதிக்கும்
தண்	-	குளிர்ச்சியான
உஞ்சை	-	உஜ்ஜயினி நகரம்
பிற்றை	-	பின்னர்
கோழியர்	-	உறையூரைச் சேர்ந்தவர்கள்
கோ	-	அரசன்
களிறு	-	ஆண் யானை

30

போர்க்களத்தில் ஒரு விளக்கு

'வீரப் போர்' என்று நாம் வெகு சாதாரணமாகச் சொல்லிவிடுகிறோம், ஆனால் அதில் பல உயிர்கள் பலியாகின்றன. மேலும் பலருக்கு ஊனங்கள் ஏற்படுகின்றன. இதெல்லாம் வீரத்தின் இன்னொரு பக்கத்தை எடுத்துக்காட்டுகிற செய்திகள், காட்சிகள்.

ஆனால், அந்தக் காலத்தில் ஓர் அரசனின் புகழைச் சொல்லும்போது இதுமாதிரி தகவல்களை மறைக்கவே மாட்டார்கள். அவன் செய்த போர்களின் பிரம்மாண்டத்தையும், அதில் மரணமடைந்த (எதிரி நாட்டு) வீரர்களின் எண்ணிக்கையையும் தவறாமல் சொல்வார்கள்.

வெறுமனே எண்ணிக்கையைச் சொல்லிவிட்டால் மட்டும் போதுமா? அந்தப் போர்க் களத்தின் கொடூரங்களை ஒவ்வொரு காட்சியாக விவரிக்க வேண்டும். அதைக் கேட்பவர்கள் பயந்து நடுங்கும் அளவுக்கு வர்ணிக்க வேண்டும். அப்போதுதான் அந்தப் புகழ்ச்சி முழுமை அடைகிறது.

ஏனெனில், ஓர் அரசனின் போர்க்களக் காட்சியை விவரித்தால், அதைக் கேட்கும் மற்ற அரசர்கள் நடுங்குவார்கள். 'அடடா, இந்த அரசனிடம் வம்பு எதுவும் வைத்துக்கொள்ளக் கூடாது, இவனைப் பகைத்துக் கொண்டால் நாளைக்கு நம்முடைய நிலைமையும் இப்படிதான் ஆகிவிடும்', என்று நினைப்பார்கள். இதுதான் அந்தப் புலவர்களின் நோக்கம். (அல்லது, அவர்களுக்குப் பொன்னும் பொருளும் அள்ளித் தந்து பாடச் சொன்ன மன்னர்களின் நோக்கம்!)

'பரணி' வகைப் பாடல்கள், முற்றிலும் இந்த வகையில் அமைந் தவைதான். பிரபலமான உதாரணம் : கலிங்கத்துப் பரணி.

இப்போது நாம் வாசிக்கப்போகிற இந்த முத்தொள்ளாயிரப் பாடல், சோழனின் போர்க்களம் ஒன்றை நடுக்கமூட்டும் முறையில் விவரிக்கிறது.

நள்ளிரவு நேரம். 'செம்பியர்' வம்சத்தில் வந்த சோழன் போரிட்ட களத்தில், இப்போது பேய்கள்தான் நிறைந்திருக்கின்றன. அந்தப் பேய்கள் பொழுதுபோகாமல் விளக்கு கொளுத்தி விளையாடிக் கொண்டிருக்கின்றன.

போர்க்களத்தில் ஏது விளக்கு?

அந்தக் களத்தின் தரையெங்கும் சோழனால் கொல்லப்பட்ட பகை நாட்டு மன்னர்களின் தலைகள் சிதறியிருக்கின்றன. வெறும் மண்டை யோடுகள் இறைந்து கிடக்கின்றன. அந்த வெண்ணிற ஓடுகளில், அவர்களின் சிதைந்த மூளையை எண்ணெயாக நிரப்பி, அவர்களுடைய குடலையே திரியாக அமைத்து விளக்கு எரிக்கின்றன அந்தப் பேய்கள்.

சோழன் போரிடும் களங்கள் மாறலாம். எதிரிகள் மாறலாம். ஆயுதங்கள் மாறலாம். போர் நுணுக்கங்கள் மாறலாம். இப்படி எதுவேண்டு மானாலும் மாறக்கூடும். ஆனால், ஒரே ஒரு விஷயம் மட்டும் எப்போதும் மாறுவதே இல்லை: சோழனின் போர்க் களங்கள் அனைத் திலும், இரவானால் இந்தக் காட்சிதான். கும்மிருட்டில், மண்டை யோட்டில் மாமிசத்தை நிரப்பி விளக்கு எரிக்கிற பேய்கள்!

முடித்தலை வெள்ளோட்டு மூளைநெய் ஆகத்
தடித்த குடர்திரியா மாட்டி எடுத்தெடுத்துப்
பேளய் விளக்குஅயரும் பெற்றித்தே; செம்பியன்
சேஎய் பொருத களம்.

வெள்ளோடு	-	வெள்ளை நிற (மண்டை) ஓடு,
குடர்	-	குடல்
திரியா மாட்டி	-	திரியாகச் செய்து / கொளுத்தி
பேளய்	-	பேய்
அயரும்	-	செய்யும் / (விளக்கு) ஏற்றும்
பெற்றித்தே	-	அப்படிப்பட்டது
செம்பியன்	-	சோழ பரம்பரையைக் குறிக்கும் சொல்
சேஎய்	-	சேய்
பொருத	-	சண்டையிட்ட

31

வனவாசம்

செம்பியர் வம்சத்தில் வந்த சோழனைத் தலைவனாக ஏற்றுக் கொண்டவர்கள் எல்லோரும், நல்லபடியாகப் பிழைத்து வாழ்வார்கள். ஆனால், அவனைப் பகைத்துக்கொண்டவர்களின் நிலைமை, அதோகதிதான்.

அதோகதி என்றால்?

சோழன் சுறுசுறுப்பான வீரன். தனது பகைவர்களின்மீது உடனடியாகப் பகையெடுத்து ஜெயித்துவிடுவான். எதிரிகளை ஒருவர்கூட மிச்சம் வைக்காமல் கொன்று வீழ்த்திவிடுவது அவனுடைய பழக்கம்.

ஆனால் சோழனுக்குள்ளும் ஒரு துளி இரக்கம் உண்டு. தவறு செய்யாதவர்களை அவன் தண்டிப்பதில்லை. அதாவது, அந்த எதிரி நாடுகளைச் சேர்ந்த பெண்களையும் குழந்தைகளையும் சோழன் கொல்ல மாட்டான்.

ஆனால், அவர்களுடைய குடும்பங்களைச் சேர்ந்த ஆண்கள் (அதாவது அரசர்கள், மந்திரிகள், போர் வீரர்கள்) எல்லோரும் சண்டையில் கொல்லப்பட்டுவிடுவார்கள். அதன்பிறகு, இந்தப் பெண்கள்,

குழந்தைகள் அடுத்து என்ன செய்வது என்று புரியாமல் நிலை தடுமாறி நிற்பார்கள். அப்போது, சோழனின் வீரர்கள் அவர்களைப் பக்கத்திலுள்ள காட்டினுள் விரட்டிவிடுவார்கள்.

அந்தச் சுகவாசிப் பெண்கள், அதுவரை மாளிகைகளில் வசதியாகவே வாழ்ந்து பழக்கப்பட்டவர்கள். ஆனால் இப்போது அவர்களுக்குக் காட்டில் வாழ்கிற கஷ்டம். எப்படியோ சமாளித்து வாழ்க்கையை ஓட்டுகிறார்கள்.

அப்படிக் காட்டினுள் விரட்டப்பட்ட பெண்களில் சிலர், கர்ப்பிணிகள். அந்தக் கானகத்திலேயே அவர்களுக்குக் குழந்தைகளும் பிறக்கின்றன.

அந்தக் குழந்தைகளின் நிலைமையைக் கொஞ்சம் யோசித்துப் பாருங்கள். அரச வாரிசுகள்தான் அவை. ஆனால், எந்த சவுகர்யமும் இல்லாத காட்டில் பிறந்து, வளரவேண்டியிருக்கிறது.

சிவந்த கால்களை உடைய அந்த இளவரசர்கள் பஞ்சு மெத்தையில் தூங்கவேண்டியவர்கள். ஆனால் இப்போது, காய்ந்த இலைச் சருகுகளில்தான் படுத்து உறங்குகிறார்கள். அவர்களுக்குத் தாலாட்டுப் பாடக்கூட யாரும் பக்கத்தில் இல்லை. காட்டு மரம் ஒன்றில் அமர்ந்திருக்கும் கோட்டான்தான் கர்ண கடூரமான குரலில் சப்தமாகக் கத்துகிறது. அதைக் கேட்டபடி அந்தக் குழந்தைகள் தூங்குகிறார்கள்.

பாவம், எப்போதோ தந்தைகள் செய்த தவறுக்கு இந்த அறியாப் பிள்ளைகள் கஷ்டம் அனுபவிக்கின்றன. அவர்கள்மட்டும் கொஞ்சம் பொறுமையோடு சிந்தித்திருந்தால், சோழனைப் பகைத்துக்கொள்ளாமல், அவனுடைய ஆட்சியை ஏற்றுக்கொண்டிருந்தால், இந்த இளவரசர்களுக்கு இப்படி ஒரு நிலைமை வந்திருக்குமா?

இரியல் மகளிர் இலைஞெமலுள் ஈன்ற
வரிஇளம் செங்கால் குழவி அரைஇரவில்
ஊமன் பாராட்ட உறங்கிற்றே செம்பியன்தன்
நாமம் பாராட்டாதார் நாடு.

இரியல்	-	நிலை கெட்ட / விரைந்து சென்ற / அழுத
ஞெமல்	-	சருகு
குழவி	-	குழந்தை
ஊமன்	-	கோட்டான்
பாராட்ட	-	புகழ / தாலாட்ட

32

சிலந்தி (க்)வலை

ஒளி வீசுகின்ற இலையைப்போன்ற வேலைத் தாங்கியிருக்கும் சோழன் கிள்ளி, 'இரேவதி' நட்சத்திரத்தில் பிறந்தவன். அவனுடைய பிறந்தநாள் விழாவை நாடுமுழுதும் உற்சாகமாகக் கொண்டாடியது.

பல நாள்களுக்குக் கொண்டாடப்பட்ட இந்தப் பெருவிழாவின்போது, மக்கள் எல்லோரும் மகிழ்ச்சியுடன் ஆடிப் பாடித் திரிந்தார்கள். பிராமணர்கள் அரசனைச் சந்தித்து, வாழ்த்தி, பசுவும் தங்கமும் பரிசாக வாங்கிச் சென்றார்கள்.

அடுத்து, சிறந்த புலவர்கள் பலர் வந்தார்கள். பிறந்தநாள் காணும் அரசனைப் புகழ்ந்து அற்புதமான பல காவியங்களைப் பாடினார்கள்.

அந்தப் புலவர்களுக்கு மந்தர மலையைப்போன்ற, மிகப் பெரிய ஆண் யானைகளைப் பரிசாக வழங்கினான் சோழன் கிள்ளி வளவன். புலவர்கள் அந்த யானைகளின்மீது ஏறிச் செல்லும் காட்சியைப் பார்த்த மக்கள், தங்கள் அரசனின் வள்ளல்தன்மையை வாழ்த்திப் போற்றினார்கள்.

இப்படி நாடெங்கும் அரசனின் பிறந்தநாளை மகிழ்ச்சியோடு கொண்டாடிக் கொண்டிருக்கையில், ஒரே ஒரு ஜீவனுக்குமட்டும் இந்தக் கொண்டாட்டத்தில் சந்தோஷம் இல்லை.

யார் அது? சோழனின் நல்லாட்சியில், அவனுடைய பிறந்தநாளை விரும்பாதவர்களும் உண்டா? யார் அந்த ராஜதுரோகிகள்?

கையில் பூதக் கண்ணாடியை வைத்துக்கொண்டு, நாடெங்கும் தேடிப் பார்த்தபின்னர்தான் அந்த துரோகிகள் சிக்குகிறார்கள். வீடுகளின் மூலை, முடுக்குகளில் வலை பின்னி, அந்தக் கூடுகளில் வாழும் சிலந்திகள்தான் அவை!

சோழன் பிறந்தநாள் கொண்டாடுவதற்கும் இந்தச் சிலந்திகளுக்கும் என்ன சம்பந்தம்? அவற்றுக்கு என்ன வருத்தம்? ஏன் வருத்தம்?

வருத்தம் இருக்காதா பின்னே? அரசனின் பிறந்தநாள் விழாவுக்காகத் தங்களின் வீடுகளைச் சுத்தப்படுத்தி அலங்கரித்த மக்கள் அங்கிருந்த சிலந்தி வலைகளையெல்லாம் ஒட்டடைக் குச்சியினால் சிதைத்து

எறிந்துவிட்டார்கள். ஆகவே, ஒரே நாளில் சோழ நாட்டிலிருந்த எல்லாச் சிலந்திகளும் தங்கள் வீடுகளை இழந்து, வெளியே விரட்டப் பட்டுவிட்டன.

'நாங்களும் இந்தச் சோழ நாட்டில்தானே வாழ்கிறோம்? நாங்களும் அந்தச் சோழனின் பிரஜைகள்தானே? அந்தணர்களையும், புலவர் களையும், மக்களையும் சந்தோஷப்படுத்தும் இந்தச் சோழனின் பிறந்த நாள் எங்களைமட்டும் இப்படிக் கைவிட்டதே ' என்று அந்தச் சிலந்திகள் அழுது புலம்புகின்றன.

> அந்தணர் ஆவொடு பொன்பெற்றார், நாவலர்
> மந்தரம்போல் மாண்ட களிறுஊர்ந்தார் எந்தை
> இலங்குஇலை கிள்ளி இரேவதிநாள் என்னோ
> சிலம்புஇதன் கூடுஇழந்த ஆறு.

ஆ	-	பசு,
நாவலர்	-	புலவர்கள்
மாண்ட	-	சிறந்த
களிறு	-	ஆண் யானை
ஊர்ந்தார்	-	ஏறிச் சென்றார்
எந்தை	-	என் தந்தை
இலங்கு இலை	-	விளங்கும் இலை
என்னோ	-	ஐயோ
சிலம்பு	-	சிலந்தி
கூடு	-	சிலந்தி வலை

33

கதவைத் திற, காதல் வரட்டும்

தமிழர்களின் தலைவனாகிய சோழன் வீதி உலா வருகிறான். அவனுடைய தேர் வருகிற வழிநெடுகிலும் கூட்டம் ஏராளமாகக் கூடியிருக்கிறது. ஆண்களும் பெண்களும் அவனைப் பார்ப்பதற்காக முண்டியடிக்கிறார்கள். அந்தக் கும்பலில் ஓர் இளம் பெண். அவளுடைய மனத்தைக் கவர்ந்த சோழன் வந்துவிட்டானா என்று தேடுவதுபோல் கூட்டத்தினிடையே அடிக்கடி எகிறிக் குதிக்கிறாள்.

ஆனால், அவன் இன்னும் வரவில்லை. அவளுடைய முகம் வாடிவிடு கிறது.

'அரசர் பக்கத்துத் தெருவை நெருங்கிவிட்டார், இன்னும் சில நிமிடங் களில் இங்கே வந்துவிடுவார்' என்று எல்லோரும் பேசிக்கொள் கிறார்கள். ஆனால் அவளுடைய மனம் அந்தச் சமாதானங்களை ஏற்ப தில்லை. எதையோ இழந்துவிட்டவள்போல் சாலையில் தேடிக் கொண்டிருக்கிறாள்.

இதையெல்லாம் கவனித்த அவளுடைய தாய்க்குப் பயம் உண்டாகிறது. 'அரசன் எதிரில் இல்லாதபோதே அவன்மீது இத்தனை ஆசையோடு இருக்கிற இந்தப் பெண், உறந்தையர் தலைவனாகிய அவனுடைய கம்பீரத்தைப் பார்த்தபிறகு அவன் பின்னே போய்விடுவாளோ?' என்று அஞ்சுகிறாள்.

உடனே, அவள் தன்னுடைய மகளைப் பிடித்து இழுத்துக்கொண்டு போய், வீட்டினுள் அடைத்துப் பூட்டிவிடுகிறாள்.

உள்ளே அடைக்கப்பட்ட அந்தப் பெண்ணுக்கு உயிரே போனது போலாகிவிடுகிறது. 'அரசர் வரும் நேரத்தில் இந்த அம்மா என்னை இப்படி அடைத்துவைத்துவிட்டாளே.', என்று பதறுகிறாள். 'அம்மா, கதவைத் திற. என்னை ஏன் அடைத்துவைக்கிறாய்?' என்று கதறியபடி, கதவை இடிஇடியென்று இடிக்கிறாள், ஆனால் அப்போதும் அவளுடைய தாயின் மனம் இரங்கவில்லை.

இந்தச் சப்தம் கேட்டு, அக்கம்பக்கத்தில் உள்ளவர்கள் வந்து பார்க் கிறார்கள், 'என்ன ஆச்சு?' என்று விசாரிக்கிறார்கள், 'உள்ளே யார் அது கதவை உடைப்பது?'

'என் மகள்தான். சோழனைப் பார்த்து அவள் மையல் கொண்டுவிடக் கூடாதே என்பதற்காக அடைத்துவைத்திருக்கிறேன்.'

'அடிப் பைத்தியக்காரி. முதலில் கதவைத் திறந்து அவளை வெளியே விடு', என்கிறார்கள் வந்தவர்கள்.

'அதெல்லாம் முடியாது.அவள் சோழனைப் பார்க்கக்கூடாது.' என்று பிடிவாதம் பிடிக்கிறாள் தாய்.

'ஐயோ, உனக்கு விவரமே புரியவில்லை.', என்று தலையில் அடித்துக் கொள்கிறாள் ஒரு கிழவி, 'நம் ஊர்ப் பெண்கள் சோழனைப் பார்ப்பதும், அவன்மீது காதல் கொள்வதும் வழக்கமான விஷயம் தானே? அதனால் ஏதும் தப்பாக நடந்துவிடாது. அப்படியே ஏதும் தவறாகிவிட்டாலும் அதைப் பின்னால் பார்த்துக்கொள்ளலாம். இப்போது முதலில் கதவைத் திறந்துவிடு' என்கிறாள் அவள்.

‘ஏம்மா, நீ இப்படிப் பெண்ணை அடைத்துவைத்துவிட்டாய், காதலனைப் பார்க்காத ஏக்கத்தில் அவள் செத்துப்போய்விட்டால் என்ன செய்வாய்? கதவைத் திறந்து அவளை வெளியே விடு, உறந்தையர்களின் தலைவன் சோழனை அவள் கண் குளிரப் பார்க்கட்டும்.’ என்று அதட்டுகிறாள் இன்னொருத்தி.

இவர்கள் சொல்வதைக் கேட்டதும், தாய் அரைமனதாகக் கதவைத் திறக்கிறாள். விடுபட்ட இளம்பெண் விறுவிறுவென்று சாலையை நோக்கி ஓடுகிறாள்.

சிறிது நேரத்தில், சோழனின் தேர் அந்தத் தெருவில் நுழைகிறது. குளிர்ந்த மாலை அணிந்த சோழனை மனமாரப் பார்த்து மகிழ்கிறாள் அந்தப் பெண்.

> திறந்திடுமின், தீயவை பிற்காண்டும்; மாதர்
> இறந்துபடின் ஏதம்தான் என்னாம் - உறந்தையர்கோன்
> தண்ணார மார்பின் தமிழ்நர் பெருமானைக்
> கண்ணாரக் காணக் கதவு.

திறந்திடுமின்	-	திறந்துவிடுங்கள்
பிற்காண்டும்	-	வந்தால், பிறகு பார்த்துக்கொள்வோம்
இறந்துபடின்	-	இறந்துவிட்டால்
ஏதம்	-	துன்பம் / குற்றம்
கோன்	-	தலைவன்
தண்	-	குளிர்ச்சி
ஆரம்	-	மாலை
தமிழ்நர்	-	தமிழர்

34

மெல்ல நட

சாலையோரமாக நின்று, சோழன் வளவனைத் தரிசித்துக்கொண்டிருக் கிறாள் ஒரு பெண்.

சோழன் நீண்ட இதழ்களைக்கொண்ட நீல நிறக் குவளை மலர்களைத் தொடுத்து மாலையாக அணிந்திருக்கிறான். அவனுடைய அழகையும், கம்பீரத்தையும் கண்கொட்டாமல் ரசிக்கிறாள் அவள்.

ஆனால், அவன் உலா வருகிற யானையைப் பார்த்ததும் அவள் முகம் மாறுகிறது. கோபத்தில் சிவக்கிறாள்.

கோபத்துக்குக் காரணம். அது ஒரு பெண் யானை.

'ஏய், நீயும் ஒரு பெண்தானே? பெண்மைக்குரிய நாணம் உனக் கில்லையே', என்று அந்த யானையைப் பார்த்து அதட்டுகிறாள் அந்தப் பெண்.

'சோழன் உன்மீது அமர்ந்திருக்கிறான் என்ற திமிரில் இப்படி விறுவிறுவென்று ஓடுகிறாயே. வெட்கங்கெட்டவளே.'

இவள் திடீரென்று இப்படிக் கோபப்படுவதைப் பார்த்ததும், அந்த யானை திகைத்துப் போகிறது. பாவம், ஆடி அசைந்து நடக்கும் யானை, நினைத்தாலும் அப்படி வேகமாக ஓடமுடியுமா என்ன?

ஆகவே, அந்தப் பெண் யானை, 'நான் என்ன தவறு செய்துவிட்டேன்?' என்பதுபோல் அவளைப் பரிதாபமாகப் பார்க்கிறது.

'காவிரி நீர் சூழ்ந்த எங்கள் சோழ நாட்டுப் பெண்களெல்லாம் இப்படி விறுவிறுவென்று வேகமாக நடக்கமாட்டார்கள். தரைக்கு வலித்து விடுமோ என்பதுபோல் நிதானமாக அடியெடுத்துவைத்து நடப்பது தான் அவர்களின் பழக்கம்' என்று விளக்குகிறாள் அவள்,

'நீயும் சோழ நாட்டைச் சேர்ந்த பெண்தானே? அந்தப் பெண்மை குணமெல்லாம் உனக்கு ஏன் இல்லை?'

அவளுடைய இந்த அதட்டலில் கலங்கிப்போன யானை, 'இப்போது நான் என்ன செய்யவேண்டும்?' என்று அவளைக் கேட்காமல் கேட்கிறது.

'இப்படித் தடதடவென்று ஓடாதே. மற்ற எல்லா சோழ நாட்டுப் பெண்களைப்போலவே நீயும் கொஞ்சம் மெதுவாக, நிதானமாக நடந்து செல். அது போதும்', என்கிறாள் அவள்.

இந்த விளக்கத்தையும் கட்டளையையும் கேட்டவுடன் அந்த யானைக்கு எல்லாம் புரிந்துவிடுகிறது. 'நான் அப்படி மெதுவாக நடந்தால், நீங்களும் சோழனை அதிக நேரம் பார்த்து ரசிக்கலாம், அதுதானே உங்கள் திட்டம்?', என்று நினைத்துக்கொண்டபடி தனக்குள் சிரித்துக்கொள்கிறது.

நீள்நீலத் தார்வளவன் நின்மேலான் ஆகவும்,
நாணீர்மை இன்றி நடத்தியால் நீள்நிலம்
கண்தன்மை கொண்டுஅலரும் காவிரி நீர்நாட்டுப்
பெண்தன்மை அல்ல பிடி.

தார்	-	மாலை
நின் மேலான்	-	உன்மேல் அமர்ந்தவன்
நாணீர்மை	-	வெட்கம்
நடத்தியால்	-	நடக்கிறாய்
அலரும்	-	மலரும்
பிடி	-	பெண் யானை

35

வலையில் சிக்கிய மீன்கள்

பெரிய வலை ஒன்றினுள் சில மீன்கள் சிக்கிக்கொள்கின்றன. உடனே, அந்த மீன்கள் எல்லாப் பக்கங்களிலும் விரைந்து ஓடி, அலைக்கழியும், எப்படியாவது அந்த வலையிலிருந்து தப்பிவிடவேண்டும் என்று போராடும்.

இயல்பான இந்தக் காட்சியை, ஓர் அழகான காதல் விவரிப்புக்கு உவமையாகப் பயன்படுத்துகிறது இந்தப் பாடல்.

ஒளி பொருந்திய, இலைபோன்ற வேலைக் கையில் ஏந்தியபடி 'பாடலம்' என்ற கம்பீரமான குதிரையின்மேல் ஏறி உலா வருகிறான் சோழன்.

அவனைப் பார்ப்பதற்காக, சாலையெங்கும் மக்கள் கூடியிருக் கிறார்கள். சோழனைக் கண்டதும் பலவிதமான வாழ்த்துகளைக் கோஷங்களாக எழுப்பிப் போற்றுகிறார்கள்.

ஆனால், அந்த ஊரில் உள்ள பருவப் பெண்கள் எல்லோரும் இந்தக் கூட்டத்தில் கலந்துகொள்ளமுடியாமல் தவிக்கிறார்கள்.

'தொடி' எனும் (வளையல்) ஆபரணத்தைக் கையில் அணிந்த அந்தப் பெண்களுக்கு, சோழனைப் பார்க்கவேண்டும் என்கிற ஆசை இருக்கிறது. ஆனால் அதேசமயம், எல்லோர் முன்னாலும் அவனைப் பார்த்தால் காதல் மயக்கத்தில் ஏதேனும் உளறிக்கொட்டி விடு வோமோ, ஊராரின் கேலிக்கும் கிண்டலுக்கும் ஆளாகிவிடுவோமோ என்று பயப்படுகிறார்கள்.

சில தைரியசாலிப் பெண்கள், இதற்கும் துணிந்து சாலைக்கு வருகிறார்கள். ஆனால், அந்தப் பெண்களின் வேகத்தைக் கண்டு

பயந்துபோன அவர்களுடைய பெற்றோர், அவர்களைப் பிடித்து இழுத்து வீட்டினுள் அடைத்துவிட்டார்கள். ‘சோழனின் உலா முடிந்த பிறகுதான் உங்களுக்கு விடுதலை.’

இந்தக் காரணத்தால், சோழன் உலா வரும்போது வீதியில் இளம் பெண்கள் யாருமே இல்லை.

ஆனால், இந்தப் பெண்கள் எல்லோருமே அவரவர் வீட்டு ஜன்னல்களுக்குப் பக்கத்தில் காத்திருக்கிறார்கள். துயரம் படர்ந்த அவர்களின் கண்கள் ‘சோழன் எங்கே? சோழன் எங்கே?’ என்று ஆவலுடன் தேடி அலைபாய்கின்றன.

இந்தக் காட்சியைக் கண்ட கவிஞர், ‘வலையினுள் கெண்டை மீன்கள் துள்ளுவதுபோல், ஜன்னல் வழியே அந்தப் பெண்களின் விழிகள் அங்கும் இங்கும் அலைபாய்ந்து சோழனைத் தேடுகின்றன’ என்று வர்ணிக்கிறார்.

> சுடர்இலைவேல் சோழன்தன் பாடலம் ஏறி
> படர்தந்தான் பைந்தொடியார் காண தொடர்புடைய
> நீலவலையில் கயல்போல் பிறழுமே
> சாலேக வாயில்தொறும் கண்.

இலை வேல்	-	இலைபோன்ற வேல்
பாடலம்	-	குதிரை
படர்	-	துன்பம்
பைந்தொடி	-	பசிய வளையல்கள்
கயல்	-	கெண்டை மீன்
பிறழும்	-	துள்ளும்
சாலேகம்	-	சாளரம் / சன்னல்

36

தண்டனை யாருக்கு?

இந்த முத்தொள்ளாயிரப் பாடலைப் பாருங்கள். சோழனைக் கண்டு, காதல் கொண்ட ஒரு பெண், அவன் அவளைப் பிரிந்து சென்றதைத் தாங்கமுடியாமல், தனக்குள்ளேயும், தன் தோழிகளிடமும் பலவிதமாகப் புலம்பிக்கொண்டிருக்கிறாள்.

அவளுடைய பெரிய, மென்மையான தோள்கள் இப்போது மெலிந்து வாடியிருக்கின்றன, அந்தத் தோள்களை ஏக்கமாகப் பார்த்தபடி அவள் தனக்குள் பேசுகிறாள். 'என் காதலனாகிய உறையூர்த் தலைவன் சோழன் வீதியில் உலா வரும்போது என்னுடைய கண்கள்தான் முதன்முதலில் அவனைப் பார்த்தன. பின்னர், என்னுடைய நல்ல நெஞ்சம் அவனோடு ஒன்றாகக் கலந்தது.'

ஒரு நீண்ட பெருமூச்சுடன் அந்தப் பெண் தொடர்ந்து பேசுகிறாள்.

'ஆனால், இப்போது அவன் என்னைப் பிரிந்து செல்லும்போது, அதற்கான தண்டனை மட்டும், என்னுடைய இந்தத் தோள்களுக்குதான் கிடைக்கிறது. என் கண்களும் நெஞ்சமும் அப்படியே இருக்க, என் தோள்கள்தான் அவனை எண்ணி, வருந்தி, மெலிந்து போகின்றன.'

இப்படிச் சொல்லிவிட்டு, அவள் தன்னுடைய முக்கியமான சந்தேகத்தை எழுப்புகிறாள், 'என் அன்புக்குரிய தோழியே, தவறு செய்த என் கண்களையும் நெஞ்சத்தையும் தண்டிக்காமல், எந்தப் பிழையும் செய்யாத என்னுடைய தோள்களை வாட்டி வருத்துவதுதான் இந்த ஊர் நியாயமா?'

> கண்டன உண்கண், கலந்தன நல்நெஞ்சம்
> தண்டப் படுவ தடமென்தோள் கண்டாய்
> உலாஅ மறுகில் உறையூர் வளவற்(கு)
> எலாஅம் முறைகிடந்த வாறு.

உண் கண்	-	(மை) உண்ட கண்கள்
தண்டப்படுவ	-	தண்டிக்கப்படுபவை
தடமென் தோள்	-	பெரிய, மென்மையான தோள்கள்
உலாஅ	-	உலா வருகின்ற
மறுகு	-	வீதி
எலா	-	நண்பர்களை அழைக்கும் சொல்
முறை	-	நீதி
(முறை) கிடந்தவாறு	-	இப்படிதான் (நீதி) நிலைநிறுத்தப்படுகிறதா?

37

ஆறில் ஒன்று

ஒரு நாட்டை ஆளுகின்ற அரசன், தன்னுடைய சேவைக்குச் சம்பள மாக எவ்வளவு வரி வசூலிக்கலாம்?

ஆறில் ஒரு பங்கு!

அதாவது, நீங்கள் ஆறாயிரம் பொன் சம்பாதித்தால், அதில் ஆயிரம் பொன் அரசனுக்குச் சொந்தம். அறுபது மூட்டை நெல் விளைவித்தால், அதில் பத்து மூட்டை அரசனுக்குச் சொந்தம்.

இந்தப் பழைய விதிமுறைதான், காலப்போக்கில் மேலும் வலுப் பெற்று, வருமான வரி, தொழில் வரி, சொத்து வரி என்று மக்களின் மார்ச் மாதங்களைக் கலவரமாக்கிக்கொண்டிருக்கிறது. அப்போது அரசன், இப்போது அரசாங்கம். அவ்வளவுதான் வித்தியாசம்.

போகட்டும். அந்தக் காலத்தில் யாரோ ஓர் அரசன், ஆறில் ஒரு பங்கை மட்டும் வரியாகப் பெறாமல், அதற்குமேலும் தன்னுடைய பிரஜைகளிடம் வரி கேட்கிறான் என்று வைத்துக்கொள்வோம். என்ன ஆகும்?

அதிகப்படியான இந்த வரிச்சுமை, மக்களைச் சிரமப்படுத்தும். அவர்களை வறுமையில் தள்ளும். ஆகவே, நல்ல அரசர்கள், அந்தப் பாவத்தைச் செய்யமாட்டார்கள்.

ஆனால், காவிரி நீர் சூழ்ந்த நாட்டின் தலைவனாகிய சோழன், இந்த விதியை மீறிவிட்டான் என்று குற்றம் சாட்டுகிறாள் ஒரு பெண்.

இதென்ன கலாட்டா? சோழனாவது, விதியை மீறுவதாவது?

'ஆமாம்' என்கிறாள் அவள்.

இதுபற்றித் தன் தோழியிடம் அவள் சொல்வதை நீங்களே கேளுங்கள்:

'தோழியே, அந்தச் சோழன், என்னுடைய நெஞ்சையும் நாணத்தையும் நலனையும் மொத்தமாகக் கொள்ளையடித்துப்போய்விட்டான். நியாயப்படி பார்த்தால், குடிமக்களின் சொத்தில் ஆறில் ஒரு பங்கைதானே அவன் வரியாகப் பெற்றுக்கொள்ளவேண்டும்? ஆனால் இவன் எல்லாவற்றையும் இப்படி அள்ளிக்கொண்டு ஓடிவிட்டானே, இந்த அநியாயத்தை நான் யாரிடம் சொல்வேன்?'

> என்நெஞ்சும், நாணும், நலனும் இவையெல்லாம்
> மன்னன் புனல்நாடன் வௌவினான் என்னே
> அரவுஅகல் அல்குலாய் ஆறில்ஒன்று அன்றோ
> புரவலர் கொள்ளும் பொருள்.

நாண்	-	நாணம் / வெட்கம்,
புனல்	-	தண்ணீர்
புனல்நாடன்	-	தண்ணீர் வளம் நிறைந்த சோழ நாட்டு அரசன்
வௌவினான்	-	கைப்பற்றினான் / கவர்ந்துகொண்டான்

அரவு	-	பாம்பு
அகல்வு	-	விரிந்த
அல்குல்	-	பெண் குறி
புரவலர்	-	ஆட்சியாளர் / அரசர்

38

தோழனா? எதிரியா?

அறிவுமதியின் திரைக் கவிதை ஒன்றில் காதலன் பாடுகிறான், '*கனவில் உனை நான் தீண்டிட, இமையே தடை.*'

உண்மையில், மாயத்தோற்றங்களாகிய இந்தக் கனவுகள் காதலுக்குத் தோழனா? அல்லது, எதிரியா?

இரண்டும்தான்.

ஒருபக்கம், எங்கேயோ இருக்கின்ற அவனை / அவளைக் கண்ணெதிரே கொண்டுவந்து நிறுத்துகின்றன. ஆகவே, அந்தக் கனவுகளை நெகிழ்ந்து பாராட்டத் தோன்றுகிறது.

ஆனால் மனத்துக்குள் நிறைந்த அந்த உருவத்தைக் கண் திறந்து பார்க்க முடியாது. கண்ணைத் திறந்தால், கனவு கலைந்துவிடுமே.

உயரமாக எழும்பித் துள்ளுகிற பிரம்மாண்டமான அலைகள், கூட்ட மான மரக்கலங்கள் நிறைந்த பூம்புகார் நகரத்தின் அரசன் சோழன். செங்கோல் வளையாமல் நல்லாட்சி நடத்துகிற அந்தச் சோழனின்மீது காதல் கொண்டவள் இந்தப் பெண். தினந்தோறும் அவனைக் கனவில் சந்தித்து மகிழ்கிறாள்.

ஆனால், அவளுக்கு ஒரு நீங்காத குறை, 'தூங்கும்போது இமைகள் இறுக மூடியிருப்பதால், கனவில் என் காதலனைப் பார்க்கமுடிய வில்லை.'

அதனால் என்ன? நேரில் சந்திக்கும்பொது பார்த்துக்கொண்டால் ஆச்சு!

'அதுவும்தான் முடியவில்லை. அவன் நேரில் வரும்போது வெட்கத் தால் தலை குனிந்துகொள்கிறேன். பின்னர், ஒருவழியாக தைரியம் சேர்த்துக்கொண்டு நான் நிமிர்ந்து பார்த்தால், அதற்குள் அவன் என்னைக் கடந்துபோய்விடுகிறான்.' சூ, என்கிறாள் அவள்.

இப்படிக் கனவிலும், நனவிலும் சோழனைப் பார்க்கமுடியாமல் ஏங்கித் தவிக்கிறாள் இந்தக் காதலி.

கனவினுள் காண்கொடா கண்ணும் கலந்த
நனவினுள் முன்விலக்கும் நாணும் இனவங்கம்
பொங்குஓதம் போழும் புகாஅர்ப் பெருமானார்
செங்கோல் வடுப்படுப்பச் சென்று.

காண்கொடா	-	பார்க்கமுடியாமல்
கலந்த	-	இணைந்த / மூடிக்கொண்ட
நாண்	-	வெட்கம்
வங்கம்	-	மரக்கலம்
பொங்கு ஓதம்	-	உயர்ந்து எழும் கடல் அலைகள்
போழும்	-	பிளக்கும் / கிழிக்கும்
புகாஅர்	-	புகார் நகரம்
வடுப்படுப்ப	-	குற்றம் ஏற்படுத்த / தவறு செய்ய

39

சேலைத் திருடன்

காசுக்காகத் திருடுகிறவர்கள் தெரியும். காரணமே இல்லாமல் திருடுகிறவர்களைத் தெரியுமா?

பெரிய பணக்காரர்களாக இருப்பார்கள். அவர்கள் வீட்டில் தேனும் பாலும் புரண்டோடிக்கொண்டிருக்கும். ஆனாலும், அவர்கள் தெரு வோரப் பெட்டிக்கடையிலிருந்து பென்சில் திருடிக்கொண்டிருப் பார்கள். அப்படி ஒரு விநோதப் பழக்கம்.

இந்தப் பணக்காரர்கள், நினைத்தால் அவர்களே ஒரு பென்சில் தொழிற் சாலை அமைக்கலாம், ஆனாலும், யாருக்கும் தெரியாமல் அந்தப் புழுக்கைப் பென்சிலைச் 'சுடுவதில்' அவர்களுக்கு அப்படியோர் ஆனந்தம். தங்களையும் அறியாமல் 'க்ளெப்டோமேனியா' (Kleptomania) எனப்படும் மனோவியாதிக்கு அடிமையாகிவிட்டவர்கள் அவர்கள்.

இதேபோல், காதல் வயப்பட்டவர்களிடம் வேறு சில விசித்திரமான திருட்டுப் பழக்கங்களைப் பார்க்கலாம். காதலியின் தலையிலிருந்து உதிர்ந்த பூ, காதலனின் கைக்குட்டை அல்லது அவர்கள் பயணம்

செய்த பேருந்துச் சீட்டு என்று நமக்கு 'அல்பமாக'த் தோன்றும் பொருள் களைத் திருடிப் பத்திரப்படுத்திக்கொள்கிற விநோதம் அது.

நம் திரைப்படங்கள் இந்தக் காதல் திருட்டு விளையாட்டுக்கான விதிமுறைகளைக்கூட வகுத்துவைத்திருக்கின்றன. உதாரணமாக, 'தகரம்கூடத் தங்கம், பருவும்கூடப் பவளம், சிந்தும் வேர்வை தீர்த்தம், சின்னப் பார்வை மோட்சம்.'

இங்கே, சோழனின்மீது காதல் கொண்ட ஒரு பெண் அந்த நினைவு களோடு தூங்கச்செல்கிறாள்.

கனவிலும் அவன் வருகிறான். அவளைச் சீண்டி விளையாடுகிறான். நாணம் கொண்ட அவள் அவனிடமிருந்து விலகிச்செல்வதாக நினைத்துக்கொண்டு படுக்கையில் முன்னும் பின்னுமாகப் புரள்கிறாள்.

மறுநாள் காலை, தூக்கம் கலைந்து பார்த்தால், அவளுடைய மேலா டையைக் காணோம். நழுவி எங்கோ விழுந்துவிட்டிருக்கிறது.

இதைப் பார்த்ததும் அவளுக்குச் செல்லக் கோபம். நேற்றைய கனவில் வந்த சோழன்தான் கோபியரிடம் சேலை கவர்ந்த கண்ணனைப்போல அவளுடைய மேலாடையைத் திருடிக்கொண்டு ஓடிவிட்டான் என்று முடிவுகட்டுகிறாள் அவள். 'இத்தனை பெரிய நாட்டை ஆளும் அரசன், கேவலம், ஒரு பெண்ணின் உடைகளைத் திருடுகிறானே' என்று பொய்யாகச் சலித்துக்கொள்கிறாள்.

குளிர்ந்த மலர்களால் தொடுத்த மாலையை அணிந்தவன் சோழன். அவனுடைய அரசவைக்குப் போய்ப் பார்த்தால், தினந்தோறும் அவனைச் சந்திப்பதற்காகப் புலவர்களும் அதிகாரிகளும் மேலும் பல கலைஞர்களும் கூட்டம்கூட்டமாக வருகிறார்கள், அவர்களுக் கெல்லாம் ஆண் யானைகளையும் பெண் யானைகளையும் பரிசாக அள்ளித் தருகிறான் சோழன்.

ஆனால், வாரி வழங்கும் வள்ளலாகிய அதே சோழன்தான் இங்கே ஒரு பெண்ணின் சேலையைத் திருடிக்கொண்டு ஓடியிருக்கிறான். கொடுத்துக் கொடுத்துச் சிவந்த அவனுடைய பெரிய கரங்கள் காதல் மயக்கத்தில் இந்தத் திருட்டைச் செய்திருக்கின்றன.

'ஆனால், நான் இந்த விஷயத்தைச் சும்மா விடப்போவதில்லை. நாளைக்கு அந்தச் சோழன் படைகளோடு இந்த வீதியில் பவனி வரு வான்தானே? அப்போது அவனை வழிமறிக்கப்போகிறேன், 'என் சேலையைத் திருடியது என்ன நியாயம்?' என்று நேரடியாகவே கேட்டு விடப்போகிறேன்!' என்று குறும்பாகச் சொல்கிறாள் அவனுடைய காதலி.

தானை கொண்டுஓடுவது ஆயின்தன் செங்கோன்மை
சேனை அறியக் கிளவேனோ - யானை
பிடிவீசும் வண்தடக்கைப் பெய்தண்தார்க் கிள்ளி
நெடுவீதி நேர்ப்பட்ட போது.

தானை	-	*மேலாடை / சேலை*
செங்கோன்மை	-	*செங்கோல் தன்மை*
சேனை	-	*படை (வீரர்கள்)*
கிளவேனோ	-	*சொல்லமாட்டேனோ?*
பிடி	-	*பெண் யானை*
வீசும்	-	*அளவின்றி வழங்கும்*
வண்தடக்கை	-	*வள்ளல் குணம் கொண்ட, பெரிய கை*
பெய்	-	*அணிந்துள்ள*
தண் தார்	-	*குளிர்ந்த (மலர்களால் தொடுத்த) மாலை*
நேர்ப்பட்டபோது	-	*நேரில் சந்திக்கும்போது*

40

தனிமைத் துயரம்

காதலர்களின் தனிமைத் துயரம் மிகக் கொடுமையானது.

அதைத் தூண்டுவதற்குப் பெரிய காரணமெல்லாம் தேவையில்லை. ஒரு சின்னஞ்சிறிய நினைவு போதும். இணையைத் தேடிக் கூவுகிற ஒரு பறவையின் வேதனைக் குரல் போதும். ஒரு புல்லாங்குழலின் மெலிதான அழுகை போதும். பிரிந்திருக்கும் காதலர்கள் கண்ணில் ஈரம் கசிந்துவிடும்.

திருக்குறளில், பொழுதுகண்டு இரங்கும் ஒரு காதலி 'குழல்போலும் கொல்லும் படை' என்று வர்ணிக்கிறாள். அதாவது, 'முன்பு, நான் என் காதலனோடு சேர்ந்திருந்தபோது இந்தக் குழலோசை எங்கள் இருவரின் மனதை மயக்கியது. ரசிக்கவைத்தது. ஆனால் இப்போது, அவன் என்னைப் பிரிந்தபிறகு, அதே குழலோசை என்னைக் கொல்லும் கருவியாகிவிட்டது.'

இந்த முத்தொள்ளாயிரப் பாடலில், சோழனின் காதலி ஒருத்தி அவனைப் பிரிந்த வேதனையில், குழலோசையை வெறுத்துப் பேசுகிறாள்.

மாலை வேளை. பசுக் கூட்டங்களை மேய்க்கும் ஆயர்கள் தங்களின் குழலில் பலவிதமான இனிய கீதங்களை இசைக்கிறார்கள். அதைக் கேட்கும்போதெல்லாம் காதல் நினைவுகளும் பிரிவின் துயரமும் அவள் நெஞ்சை அறுக்கிறது.

'தெளிந்த நீரில் மலர்ந்த நறுமண மலர்களைத் தொடுத்து மாலையாக அணிந்தவன் சோழன் சென்னி, இளைஞன், அழகன், என் காதலன்', என்று பெருமிதத்தோடு சொல்லத் தொடங்குகிறாள் அந்தக் காதலி.

ஆனால், அந்தப் பெருமிதத்தைத் தொடரமுடியாதபடி அவளுக்கு ஒரு நீங்காத குறை அல்லது ஏக்கம் இருக்கிறது. 'என் அன்புக்குரிய சோழன், 'இந்த பூமியைக் காக்கும் காவலன்' என்று எல்லோரும் பாராட்டிச் சொல்கிறார்கள். ஆனால், உலகத்துக்கே காவல் செய்யும் அவனால், இந்தக் குழலோசை தருகிற வேதனையிலிருந்து என்னைக் காப்பாற்ற முடியாதா? இந்தக் குறையைத் தீர்ப்பதற்காக, அவன் என்னைத் தேடி வரமாட்டானா?'

> தெண்ணீர் நறுமலர்த்தார் சென்னி இளவழகன்
> மண்ணகம் காவலனே என்பரால், மண்ணகம்
> காவலனே ஆனக்கால் காவானோ மாலைக்கண்
> கோவலர்வாய் வைத்த குழல்.

தெண்ணீர்	-	தெளிந்த நீர்
நறுமலர்	-	இனிய வாசனையை உடைய மலர்(கள்)
தார்	-	மாலை
சென்னி	-	சோழன்
மண்ணகம்	-	நிலம் / பூமி
என்பரால்	-	என்பார்கள்
காவலனே ஆனக்கால்	-	காவலனாக இருந்தால்
காவானோ	-	காக்கமாட்டானோ
கோவலர்	-	பசுக்கூட்டங்களின் மேய்ப்பர்கள்

41

அவனைப்பற்றித் தெரியாதா?

சோழன் கிள்ளி வளவனின் மார்பில் அழகான மாலை ஒன்று அசைந்தாடுகிறது. அவனுடைய கம்பீரமான பட்டத்து யானை ஊரெங்கும்

உற்சாகமாகச் சுற்றித்திரிகிறது, அவனுடைய நல்லாட்சியின் செய்திகளைச் சொல்லிக்கொண்டிருக்கிறது.

அந்த யானையைப் பார்க்கிறவர்களெல்லாம் சோழனின் பெருமையைப் போற்றுகிறார்கள். 'நீதி தவறாத நல்லவன்' என்று அவனை வாழ்த்துகிறார்கள். ஆனால், அவன்மீது காதல் கொண்ட இந்தப் பெண் ஒருத்தி மட்டும் அவனுடைய செங்கோலின் பெருமையை ஏற்க மறுக்கிறாள். அவனுடைய நீதி, நேர்மையைச் சந்தேகிக்கிறாள்.

ஏன்? அவளிடமே விசாரிக்கலாம்:

'அந்தச் சோழனைப்பற்றித் தெரியாதா? என்னுடைய முன்கையிலிருந்து வளையல்கள் கழன்றுவிழும்படி என்னை மெலியச்செய்தான், எனக்குக் காதல் நோயைத் தந்தான், பின்னர், என் கண்ணிலேயே படாமல் ஓடி மறைந்துவிட்டான். இவனையா நீங்கள் நியாயவான் என்று போற்றுகிறீர்கள்?'

> அறைபறை யானை அலங்குதார்க் கிள்ளி
> முறைசெயும் என்பரால் தோழி இறைஇறந்த
> அங்கோல் அணிவளையே சொல்லாதோ மற்றவன்
> செங்கோன்மை செந்நின்ற வாறு.

அறை பறை யானை	-	பறை அறைந்து, ஊரெங்கும் தகவல் தெரிவிக்கும் யானை
அலங்கு	-	அசையும்
தார்	-	மாலை
முறைசெயும் என்பரால்	-	நீதிப்படி செய்வான் என்று எல்லோரும் சொல்கிறார்கள்
இறை	-	முன் கை
இறந்த	-	கழன்ற / நழுவிய
அங்கோல்	-	அழகிய கோல்
செந்நின்றவாறு	-	செம்மை பெற்றுள்ளவாறு

42

தேரை தின்னாத தேங்காய்

சோழன் கிள்ளி வளவனின்மீது ஒருதலைக் காதல் கொண்ட பெண்கள் ஏராளம். அவனுடைய புகழைக் கேட்டு, அவன் சாலையில் வலம்

வருகிற கம்பீரத்தைப் பார்த்து மயங்கியவர்களாக இந்தப் பெண்கள் சித்திரிக்கப்படுகிறார்கள்.

வேடிக்கையான விஷயம், இந்தப் பெண்களில் யாரும் சோழனிடம் ஒரு வார்த்தைகூடப் பேசியது கிடையாது. அவனுடைய மூச்சுக்காற்று படுகிற தூரத்தில்கூட நெருங்கி நின்றது கிடையாது. ஆனாலும், சோழனைத் தங்களின் காதலனாகவே வரித்துக் கொண்டிருக்கிறார்கள். என்றைக் காவது அவனைச் சேர்ந்துவிடமுடியும் என்று உறுதியாக நம்புகிறார்கள்.

இதற்கு அந்தப் பெண்களின் வீட்டில் பலத்த எதிர்ப்பு.

இவர்களைக் 'காதலுக்கு எதிரானவர்கள்' என்று சொல்லிவிடமுடியாது. அவர்களின் கவலை வேறுவிதமானது, நியாயமானதும்கூட.

'நீ பக்கத்து வீட்டுப் பையனைக் காதலித்தால்கூடப் பரவாயில்லை. அவன் வீட்டாரிடம் பேசித் திருமணம் செய்துவைக்கலாம். ஆனால் நீயோ, ராஜாவைக் காதலிப்பதாகச் சொல்கிறாயே, பைத்தியக்காரி' என்று அவளுடைய பெற்றோரும் மற்றவர்களும் அந்தப் பெண்ணைத் திட்டித் தூற்றுகிறார்கள். 'சோழனைக் காதலிக்கிறேன் என்று நீ இப்படி உளறிக் கொண்டிருப்பதால் ஊரில் நம் குடும்பத்தின் மானம்தான் போகிறது. நாளைக்கு உன்னை எவன் திருமணம் செய்துகொள்வான்?' என்று பதைப் புடன் சொல்லி, கோலால் அடித்துத் துன்புறுத்துகிறார்கள். 'இன்னொரு முறை சோழனைப் பார்ப்பதற்காகத் தெருவுக்கு ஓடினால், உன் காலை உடைத்து அடுப்பில் வைப்பேன்', என்று மிரட்டுகிறார்கள்.

இப்படிச் சுற்றியுள்ள எல்லோரும் சுடுசொற்களால் அவளைத் தாக்க, எல்லாவற்றையும் கேட்டபடி அவள் மௌனமாகக் கண்ணீர் வடிக் கிறாள். அப்போது, 'தேரை' நோயால் பாதிக்கப்பட்ட ஒரு தேங்காயின் நினைவுதான் வருகிறது அவளுக்கு.

'தேரை நோய்' என்பது தேங்காயின் உள்பகுதியைச் சிதைத்து, இளநீரைக் குடித்துவிடுகிற ஒருவகையானத் தாவர நோய். ஆனால் இந்த நோய் கொண்ட தேங்காயைப் பார்க்கிறவர்கள் எல்லோரும், 'அச்சச்சோ, தேங்காயைத் தேரை சாப்பிட்டுவிட்டதே', என்று உச்சுக்கொட்டுவார்கள்.

இந்த நோய்க்குத் 'தேரை' என்று பெயர் வந்த காரணமே, இந்தப் பேச்சுதான். கற்களுக்கு மத்தியில் வசிக்கிற தேரை, தேங்காயினுள்ளும் நுழைவது சாத்தியம் என்று மக்கள் நினைத்திருக்கக்கூடும்.

ஆனால் உண்மையில், கடினமான மூடியைக் கொண்டிருக்கிற தேங்காயினுள் தேரை நுழையவும் முடியாது, அதைச் சாப்பிடவும் முடியாது. என்றாலும், செய்யாத குற்றத்துக்காக அந்தத் தேரைக்குக் கெட்ட பெயர்.

அதுபோலத்தான், இந்தப் பெண் சோழனைச் சந்திக்கவும் இல்லை. அவனோடு சேரவும் இல்லை. வெறுமனே அவனைப் பார்த்து, ஏங்கி நின்றதற்காகக் கடுமையான தண்டனைக்கு ஆளாக்கப்படுகிறாள்.

அழகான இந்தப் பாடல் குறிப்பால் உணர்த்துகிற செய்தி ஒன்று உண்டு. இந்தத் துன்ப நிலையிலும்கூட 'நிஜமாகவே சோழன் என்னைக் காதலியாக ஏற்றுக்கொண்டிருந்தால், இத்தனை அடியையும் திட்டையும் சந்தோஷமாக வாங்கிக்கொள்வேனே!' என்றுதான் அவளுடைய காதல் நெஞ்சம் நினைக்கிறது.

அன்னையும் கோல்கொண்டு அலைக்கும்; அயலாரும்
என்னை அழியும்சொல் சொல்லுவர்; நுண்ணிலைய
தெங்குஉண்ட தேரை படுவழிப் பட்டேன்யான்
திண்தேர் வளவன் திறத்து.

அலைக்கும்	-	அடிக்கும்
அழியும்சொல்	-	வருத்தம் தரக்கூடிய சொற்கள்
நுண்ணிலைய	-	நுட்பமான
தெங்கு	-	தேங்காய்
தேரை	-	தேங்காயின் ஒரு வகை நோய்
படுவழி	-	படும் துன்பம்
திண்தேர்	-	திண்மையான / வலிமையான தேர்
வளவன் திறத்து	-	வளவனிடம்

43

பார்க்காமலே காதல்

நம் திரைப்படங்களில் 'பார்க்காமலே காதல்' என்கிற தத்துவம்(!) பரவலாக முன்வைக்கப்படுகிறது. 'கண்ணாலே பார்க்கும் காதலெல்லாம் காமக் காதல், ஒருவரையொருவர் பார்க்காமல் வருவதுதான் உன்னதக் காதல்' என்பதுதான் இந்தக் கதைகள் முரட்டுத்தனமாகத் திணிக்கும் செய்தி.

இந்தத் தத்துவத்தின் சாதக, பாதகங்களை அலசுவது நம் நோக்கம் இல்லை. ஆனாலும் அதைப்பற்றி இங்கே பேசக் காரணம், முத்தொள்ளாயிரத்திலும்கூடப் 'பார்க்காமலே காதல்' உண்டு.

இந்தப் பாடலில் வருகிற ஒரு பெண், சோழனைக் காதலிக்கிறாள். ஆனால், இவள் அவனைப் பார்த்ததே இல்லையாம்.

அது எப்படி? அந்தக் காலத்திலேயே 'காதல் கோட்டை'யா? இரு வரும் ஒருவரை ஒருவர் நேரில் சந்திக்காமல், பனை ஓலைகளில் மடல்கள் எழுதி, இதயங்களைப் பரிமாறிக் கொண்டார்களா?

அதுதான் இல்லை. அடிக்கடி சந்தித்துக்கொள்கிற, சண்டையிட்டுக் கொள்கிற, அது தீர்ந்து தழுவிக்கொள்கிற 'இயல்பான' காதலர்கள்தான் இவர்கள். என்றாலும், இவள், 'அவனைப் பார்த்ததே இல்லை' என்று சாதிக்கிறாள். அதற்கு அவள் சொல்லும் காரணங்கள் மிகச் சுவாரஸ்ய மானவை:

முதலாவதாக, 'சோழனுடன் நான் ஊடல் கொண்டிருக்கும்போது, பொய்க் கோபத்தால் அவனைப் பார்க்க விரும்பாததுபோல் தலையைத் திருப்பிக்கொள்வேன். ஆகவே, அவன் முகத்தை நான் பார்க்க முடிவதில்லை.'

சரி, இந்த ஊடல் சண்டையெல்லாம் தீர்ந்து, அவன் உன்னைத் தழுவினால்? அப்போதாவது நீ அவனைப் பார்ப்பாய்தானே?

'இல்லை. அவன் என்னைத் தொடும்போது, நாணம் என்னைச் சூழ்ந்து கொள்ளும், வெட்கத்தால் தலை கவிழ்ந்து, தரையைப் பார்த்து நிற்பேன். ஆகவே, அப்போதும் நான் அவனைப் பார்ப்பதில்லை.'

அதுவும் நியாயம்தான். ஆனால், ஊடலின்போது இல்லாவிட்டாலும், கூடலின்போதாவது நீ அவனைப் பார்த்தாகவேண்டுமே?

இப்படி நாம் சொன்னதும், 'அச்சச்சோ, அதைப்பற்றிக் கேட்காதீர்கள்', என்று வெட்கத்தால் சிவந்த முகத்தை மூடிக்கொள்கிறாள் அந்தப் பெண்.

'நாங்கள் ஒன்றுகூடும்போது, அந்தச் சந்தோஷத்தில் நான் மொத்தமாக மயங்கிப் போய்விடுகிறேன். அப்படியிருக்க, அந்த நேரத்தில் நான் அவனைப் பார்ப்பது எப்படி?'

இப்போது, அவளுடைய தரப்பு வாதங்களையெல்லாம் மொத்தமாக யோசித்துப் பார்க்கும்போது, செங்கோல் வளையாமல், இந்த பூமியை ஆளும் சோழன் வளவனை, அவளது காதலனை, அவள் கண்ணாரப் பார்த்ததே இல்லை என்கிற வேடிக்கையான உண்மை நமக்குப் புரிகிறது.

> புலவி புறக்கொடுப்பன் புல்லிடின் நாண்நிற்பன்
> கலவி களிமயங்கிக் காணேன் - நிலவியசீர்
> மண்ஆளும் செங்கோல் வளவனையான் இதன்றோ
> கண்ணாரக் கண்டறியா ஆறு.

புலவி	-	ஊடல்
புறக்கொடுப்பன்	-	முகத்தைத் திருப்பிக்கொள்ளுவேன்
பில்லிடின்	-	தழுவினால்
நாண்நிற்பன்	-	வெட்கப்பட்டு நிற்பேன்
கலவி	-	கூடல்
களிமயங்கி	-	களிப்பால் / மகிழ்ச்சியால் மயங்கி
ஆறு	-	நிலைமை

44

நாரையிடம் கெஞ்சியவள்

மகாகவி காளிதாசரின் 'மேகதூதம்' என்கிற கவிதை நூல், மிகவும் வித்தியாசமான கதைக்கருவைக் கொண்டது. அதில் வருகிற காதலன், தன் காதலியிடம் சேதி சொல்வதற்காக ஒரு மேகத்தைத் தூதாக அனுப்புகிறான்.

இதேபோல், 'நள வெண்பா'வில் நளனும் தமயந்தியும் அன்னப் பறவையின் தூதால் இணைகிறார்கள்.

இப்படிப் பிரிந்திருக்கும் காதலர்களிடையே பறவைகள் தூதாகச் செல் வதும், அந்தப் பறவைகளின்வாயிலாக ஒருவர் மற்றவரின் நலனை விசாரித்துத் தெரிந்துகொள்வதும்

பல காவியங்களில் காணப்படுகின்றன. இந்த பறவைத் தூது, பிரிந் திருக்கும் காதலர்களின் துயரத்தை ஓரளவேனும் குறைக்கும் என்பது ஒரு பழமையான கவிதை மரபாகவே தெரிகிறது.

பின்னர் தபால் வசதி, தொலைபேசிகள், கணினி வழி மின்னஞ்சல்க ளெல்லாம் பெருகியபிறகு, பறவைகளைத் தூது அனுப்புவதற்கான அவசியம் குறைந்துவிட்டது. என்றாலும், ஏதேனும் ஒரு பழைய பாடலில், பறவையிடம் தன்னுடைய காதலைத் துளித்துளியாக விவரித்துச் சொல்லும் ஒரு காதலியைப்பற்றிப் படிக்கும்போது, நமக்குள் சிலிர்ப்பும் பரவசமும் கலந்த ஓர் உணர்வு உண்டாவது நிச்சயம்.

உண்மையில், தூது அனுப்புகிற நோக்கம்கூட அங்கே இரண்டாம்பட்ச மாகிவிடுகிறது, 'யாரிடமேனும் இதைப் பேசிவிடவேண்டும்.' என்கிற அந்தக் காதலியின் துடிப்பே மிகவும் ரசனைக்குரிய அனுபவம்.

இந்தப் பாடலில், ஒரு காதலி, தன் காதலனாகிய சோழனிடம் ஒரு நாரையைத் தூதாக அனுப்புகிறாள்.

'சிவந்த கால்களையுடைய அழகிய நாரையே, நீ இப்போது எங்கே போகிறாய்? தென்திசையிலிருக்கிற உறந்தை நகருக்குச் செல்கிறாயா?'

'ஆமாம்' என்பதுபோல் மெல்லத் தலையாட்டுகிறது அந்த நாரை.

அதைப் பார்த்ததும், அவளுடைய கண்கள் படபடக்கின்றன. முகத்தில் ஒரு மெல்லிய சிரிப்பு தென்படுகிறது. அந்த நாரையை நோக்கிக் குனிந்து, 'நாரை நண்பா, நான் உன் காலைப் பிடித்துக் கேட்கிறேன். தயவுசெய்து எனக்கு ஓர் உதவி செய்வாயா?' என்று கெஞ்சுகிறாள்.

'என்ன உதவி? சீக்கிரம் சொல், நான் புறப்படவேண்டும்!'

'கரையின்மீது மீன்கள் உரசி, துள்ளிக்குதிக்கும் காவிரி ஆற்றின் கரையில் உறந்தை நகரம் இருக்கிறது, அந்த நாட்டின் தலைவனாகிய சோழன்தான் என்னுடைய காதலன். நீ அந்த உறந்தை நகரைச் சென்று சேர்ந்தவுடன், காவிரி ஆற்றிலிருக்கும் வளமான மீன்களைச் சாப் பிட்டுப் பசியாறிக்கொள். பிறகு, நேராக என் காதலன் சோழனிடம் சென்று, அவனை நினைத்து நான் வேதனைப்பட்டுக்கொண்டிருக்கும் செய்தியைச் சொல்லி வா.'

இப்படிச் சொல்லிவிட்டு, அவள் தனது கண்ணீரைத் துடைத்துக் கொள்கிறாள்.

'நாரையே, நீ எனக்கு இந்த உதவியைச் செய்வாயா? நீ மனது வைத்தால்தான் என் காதலன் மீண்டும் என்னைப் பார்க்க வருவான். இந்தப் பிரிவின் நோய் என்னைத் தின்றுவிடாமல் காப்பாற்றுவது உன் கையில்தான் இருக்கிறது.'

> செங்கால் மடநாராய் தென்உறந்தை சேறியேல்
> நின்கால்மேல் வைப்பன்என் கையிரண்டும் நன்பால்
> கரைஉரிஞ்சி மீன்பிறழும் காவிரி நீர்நாடற்(கு)
> உரையாயோ யான்உற்ற நோய்.

சேறியேல்	-	அடைந்தால்
நன்பால்	-	நல்ல இடம்
உரிஞ்சி	-	உரசி
பிறழும்	-	துள்ளும்
உரையாயோ	-	சொல்லமாட்டாயா?
உற்ற	-	கொண்ட

45

அம்மாதான் காரணம்

உலகக் கவிதைகள், கதைகள், காவியங்கள் ஆகியவற்றை அலசிப் பார்த்தால், தாயைப் புகழ்ந்து பாடும் மகன்கள், மகள்கள் ஏராளமாகத் தென்படுவார்கள்.

தந்தையரைக் குறைசொல்லும் பிள்ளைகள் எல்லா நாடுகளிலும் உண்டு. ஆனால் இவர்கள் அனைவருமே தாய்மையின் பெருமையைப் பாடுகிறவர்களாகதான் இருக்கிறார்கள். பட்டினத்தாரைப் போன்ற 'எல்லாம்' துறந்த சித்தர்கள்கூட, தங்கள் அன்னையைப்பற்றிப் பாடுகையில் நெகிழ்ந்து, உருகிவிடுவதைப் பார்க்கலாம்.

மேற்சொன்ன பொதுவிதிக்கு மாறாக, பெற்ற தாயை இகழ்ந்து பாடும் பாடல்களை ஒரே ஓர் இடத்தில்தான் பார்க்கமுடியும்: காதல் சார்ந்த அகப் பாடல்கள்.

ஒரு தாய், தன் மகளின் காதலுக்குக் குறுக்கே நின்றுவிட்டால் போச்சு. அதுவரை அவர்கள் தங்கள் பிள்ளைக்காகச் செய்த தியாகங்கள், பொழிந்த அன்பு எல்லாம் மறந்துபோய்விடுகிறது. அவர்களுக்குத் திட்டும் சாபமும்தான் கிடைக்கிறது.

இந்த முத்தொள்ளாயிரப் பாடலின் நாயகியும் அப்படிதான். தன்னுடைய இப்போதைய (சோக) நிலைக்குக் காரணமாக, தன் தாயைச் சுட்டிக்காட்டிக் குறைசொல்கிறாள்.

மழலைப் பருவத்தில், குழந்தை சாப்பிட அடம்பிடிக்கும்போது, சிலர் நிலாவைக் காண்பித்துச் சோறூட்டுவார்கள். மேலும் சிலர் தெருவில் செல்லும் யாரோ ஓர் அப்பாவியைச் சுட்டிக்காட்டி, 'அந்தப் பூச்சாண்டி உன்னைப் பிடிச்சுகிட்டுப் போயிடுவான்' என்று பயமுறுத்திச் சோற்றைத் திணித்துவிடுவார்கள்.

ஆனால் இந்தத் தாய், தன் மகள் சாப்பிட மறுக்கும்போதெல்லாம் வேறொரு விஷயத்தைச் சொல்லி ஆசை காட்டினாள், 'இப்போது ஒழுங்காகச் சாப்பிட்டால், நீ பெரியவளானதும் உன்னை அந்தச் சோழ அரசனுக்கே கல்யாணம் செய்துகொடுப்பேன்!'

விளையாட்டாகச் சொன்ன வார்த்தைகள்தான். ஆனாலும், அந்தச் சிறுவயதில் இந்த வித்தியாசமெல்லாம் புரியுமா என்ன?

'சோழனுக்கும் உனக்கும் திருமணம்' என்ற வார்த்தைகளைக் கேட்டுக் கொண்டே வளர்ந்த அந்தக் குழந்தை, பருவ வயதை எட்டியதும், அந்தச் சோழனின்மீது தீராத காதல் கொண்டது. உறையூர் அரசனாகிய அவன் உலா வரும்போதெல்லாம் வீதிக்கு ஓடியது, அவனைக் கண்ணாரப் பார்த்து மகிழ்ந்தது.

ஆனால் இப்போது, அதே தாய் அவளை அடித்து விரட்டுகிறாள். 'நீ சோழனைப் பார்க்கக்கூடாது' என்று தடை போடுகிறாள். 'நீ இப்படியெல்லாம் வெட்கம் கெட்டுத் திரிந்தால், நாளைக்கு உன்னை யார் திருமணம் செய்துகொள்வார்கள்?' என்று கேட்கிறாள்.

இதைக் கேட்டதும் அந்தப் பெண் பெரும் அதிர்ச்சியுடன் தாயின் முகத்தைப் பார்க்கிறாள்,

'ஏம்மா, என்னைச் சோழனுக்குத் திருமணம் செய்துவைப்பதாகச் சொன்னாயே, அந்த வாக்குறுதி என்னாச்சு?' என்று கேட்காமல் கேட் கிறாள்.

பாவம், அவளுடைய இத்தனை வருட ஆசையெல்லாம், பாலை வனத்தில் தெரியும் கானல் நீராகப் போய்விட்டது. அழுது தவிக்கும் அந்தப் பெண்ணின் கவலை, அவளுடைய தாய்க்குப் புரியவே இல்லை.

> குதலைப் பருவத்தே கோழிக்கோ மானை
> வதுவை பெறுகென்றாள் அன்னை - அதுபோய்
> விளைந்தவா இன்று வியன்கானல் வெண்தேர்த்
> துலங்குநீர் மாமருட்டி அற்று.

குதலை	-	மழலைச் சொல்
கோழிக்கோமான்	-	உறையூரை ஆளும் அரசன் (சோழன்)
வதுவை	-	திருமணம்
வியன்	-	அதிகமான / ஆகாயம்போல் விரிந்த
கானல்	-	பாலைவனம்
வெண்தேர்	-	கானல் நீர்
துலங்கு நீர்	-	ஒளிவிடும் தண்ணீர்
மாமருட்டி	-	பெரிய மருட்சி / மயக்கம்

46

நீர்மேல் நெருப்பு

மார்பில் அசையும் அழகிய மாலையுடன் சோழன் செம்பியன் வீதி உலா வருகிறான். அந்தப் பாதையில் நின்றிருந்த பெண்கள் அனைவரும் கண்ணிமைக்காமல் அவனைப் பார்த்து ரசித்துக்கொண்டிருக்கிறார்கள்.

இதைக் கவனித்த அவர்களுடைய தாய்மார்கள், தங்கள் மகள்களை அதட்டி விரட்டுகிறார்கள். 'அவனை வெறித்துப் பார்த்துக்கொண்டு இப்படி நிற்காதே, வீட்டுக்குள் போ' என்று துரத்துகிறார்கள்.

ஆனால், இதுபோன்ற தடைகளால், அறிவுரைப் பேச்சுகளால் இளமைப் பருவத்தைக் கட்டிவைத்துவிடமுடியுமா என்ன?

சீக்கிரத்திலேயே, அந்தப் பெண்கள் எல்லோரும் சோழனின்மீது காதல் கொள்கிறார்கள். இந்த ஒருதலைக் காதலால் அவர்களுடைய மேனியின் இயற்கையான, அழகான மாமை நிறம் மறைகிறது. பசலைக்கு உரிய 'பீர்க்கம்பூ'வின் நிறம் படர்கிறது.

இதைக் கண்டு வேதனைப்பட்ட ஒரு தாய் புலம்புகிறாள். 'நான் அப்போதே சொன்னேன், என் பேச்சைக் கேட்காமல் இப்படி அவதிப் படுகிறாயே' என்று மகளைப் பார்த்து வேதனையோடு கேட்கிறாள். 'தண்ணீரின்மேல் எழுந்த நெருப்பு, எந்தப் பயனும் இல்லாமல் உடனே அணைந்துவிடும். அதுபோல, நான் சொன்ன அறிவுரையெல்லாம் நீ உடனடியாக மறந்துவிட்டாயா பெண்ணே?' என்கிறாள்.

அலங்குதார்ச் செம்பியன் ஆடுஎழில்தோள் நோக்கி
விலங்கியான் வேண்டா எனினும் நலன்தொலைந்து
பீர்மேல் கொளல்உற்ற பேதையர்க்குஎன் வாய்ச்சொல்
நீர்மேல் எழுந்த நெருப்பு.

அலங்கு	-	அசையும்
தார்	-	மாலை
விலங்கி	-	குறுக்கிட்டு / தடை செய்து
வேண்டா	-	வேண்டாம்
பீர்	-	பீர்க்கம்பூ

47

ஊடலுக்கும் அளவுண்டு

கனவில் சந்திக்கும் காதலர்கள், அப்படி என்னதான் செய்வார்கள்?

நேரில் சந்திக்கையில் என்னவெல்லாம் செய்வார்களோ, அதே காட்சிகளைதான் கனவில் இன்னும் சற்று கூடுதல் சுதந்திரத்துடன் அரங்கேற்றுகிறார்கள் காதலர்கள்.

ஒருவரையொருவர் விழுங்கிவிடுவதுபோன்ற பார்வைகள், ஆசை ததும்பும் வார்த்தைகள், அக்கம்பக்கத்தில் யாரும் இல்லாதபோது சில திருட்டு முத்தங்கள், முரட்டு அணைப்புகள், செல்லச் சிணுங்கல்கள், இன்னபிற.

இந்தப் பாடலில் வரும் காதலி, தன் காதலனாகிய சோழனைக் கனவில் காண்கிறாள்.

நிஜ வாழ்க்கையில் அவள் ஒரு சாதாரணப் பெண், அவனோ பெரிய அரசன், இவள் அவனை நினைத்து உருகுகிறாள், ஆனால் அவனோ, இவள் யாரென்றே தெரியாதவனாக இருக்கிறான்.

அப்படியென்றால், அவர்கள் கனவில் சந்திப்பதுதான் பொருத்தம். எதார்த்த வாழ்க்கையின் தொந்தரவுகள் எவையும் இல்லாத கனவு உலகத்திலேனும் அவள் தன் காதலனோடு மகிழ்ச்சியாக இருக்கலாமே!

ஆனால், இதுபற்றி நாம் அவளிடம் விசாரிக்கிறபோது, அவள் முகத்தில் வருத்தத்தைதான் பார்க்கிறோம்.

‘ஏம்மா? என்னாச்சு? கனவில் உன் சோழன் வரவில்லையா?’

‘வந்தான்.’, என்று ஒரே வார்த்தையில் பதில் சொல்கிறாள் அவள். குரலில் கொஞ்சமும் உயிர்ப்பில்லை, ஆர்வமில்லை.

காவிரி நீர் பாயும் வளமான சோழ நாடு. அங்கே தென்னை மரங்கள் நன்றாக உயர்ந்து வளர்கின்றன. அந்தத் தென்னை மரங்களின் பாளை களில் தேனீக்கள் தேனைச் சேமித்துவைக்கின்றன. செழிப்பான அந்த நாட்டின் தலைவனாகிய இவளுடைய காதலன் சோழன், இவளது கனவில் வந்திருக்கிறான். பிறகு ஏன் இவள் இத்தனை வருத்தமாக உட்கார்ந்திருக்கிறாள்?

'என்னாச்சு பெண்ணே? அவன் உன்னோடு பேச மறுத்துவிட்டானா? கனவில்கூட உன்னைச் சந்திக்க விருப்பமில்லையா அவனுக்கு?'

'அதெல்லாம் இல்லை, அவன்மேல் எந்தத் தவறும் கிடையாது. நான்தான் பைத்தியக்காரத்தனமாக ஒரு வேலை செய்துவிட்டேன்' என்கிறாள் அவள்.

'அப்படி என்னம்மா தவறு செய்தாய்?'

'நான் அவன்மேல் பொய்க் கோபம் கொண்டேன். அந்த ஊடலால் அவனையே தொலைத்துவிட்டேன். அவன் என் கனவில் வந்தபோது, அவனுடன் சரியாக முகம்கொடுத்துப் பேசாமல் கோபம்கொண்டது போன்ற பாவனையில் திரும்பி அமர்ந்திருந்தேன். அப்போதுதான், அவன் என்னுடைய ஊடலைத் தணித்து, என்னை அணைத்துக்கொள்வான் என்று எண்ணினேன்.' என்று கண்ணீருடன் சொல்கிறாள் அவள்.

'ஆனால் அவன், நான் நிஜமாகவே அவன்மேல் கோபம்கொண்டிருக்கிறேன் என்று நினைத்துவிட்டான். என்னிடம் பேசாமலே விலகிச் சென்றுவிட்டான். இது நியாயமா?'

நெருங்கிய காதலர்களுக்கு இடையே 'ஊடல்' என்னும் பொய்க்கோபம் அவசியம் தேவை என்று திருவள்ளுவர் சொல்கிறார். ஆனால், அந்த ஊடலின் அளவு அதிகமாகிவிடக்கூடாது என்றும் அவர் எச்சரிக்கிறார்.

'ஆமாம், எனக்குதான் அது புரியவில்லை. என் காதலன் சோழனுடன் அளவுக்குமீறி ஊடல் கொண்டேன், அதனால், அவனுடனான கனவுக் கூடலின் இன்பத்தை இழந்துவிட்டேன்' என்று பெருமூச்சுடன் சொல்லி முடிக்கிறாள். அடுத்தமுறை, உங்கள் காதலியிடம் / காதலனிடம் பொய்க் கோபம் கொள்கிறபோது இந்தப் பாடலை நினைத்துக்கொண்டு கொஞ்சம் கவனமாயிருங்கள். அளவுக்கு மிஞ்சினால், ஊடலும் நஞ்சு!

> ஊடல் எனஒன்று தோன்றி அலர்உறூஉம்
> கூடல் இழந்தேன் கொடிஅன்னாய் நீள்தெங்கின்
> பாளையில் தேன்தொடுக்கும் பாய்புனல் நீர்நாட்டுக்
> காளையைக் கண்படையுள் பெற்று.

அலர்உறூஉம்	-	பழிச்சொல் உண்டாகும்
கொடிஅன்னாய்	-	கொடி போன்றவளே (அழைப்பு)
தெங்கு	-	தென்னை
தொடுக்கும்	-	சேர்த்துவைக்கும்
புனல்	-	தண்ணீர்
கண்படை	-	கண் மூடித் தூங்குதல்

48

காதலும் நாணமும்

பெருநகரங்களில் கடுமையான கோடைக்காலம் வரும்போதுதான் இலவச இணைப்பாகத் தண்ணீர்க் கஷ்டமும் கூடவே வரும். இது போன்ற வேண்டாத விருந்தாளிகளால் உண்டாகிற தொல்லைகள் கொஞ்சநஞ்சமில்லை.

உதாரணமாக, பெண்களின் இளமைப் பருவத்தை எடுத்துக் கொள்ளுங்கள். காதலன் ஒருவனைச் சந்தித்து, அவனிடம் இதயத்தைப் பறிகொடுத்து, 'இனி எல்லாம் அவன்தான்' என்று அவனோடு ஒன்றாகக் கலந்து மகிழவேண்டிய இனிமையான இந்தப் பருவத்தில் தான், பாழாய்ப்போன இந்த வெட்கமும் கூடவே வருகிறது.

'நாணம்தான் பெண்களுக்குக் காவல்' என்கிற பழமொழிகளெல்லாம் சரிதான். ஆனால், மனம் கவர்ந்த ஒருவனிடம் காதல் கொள்ளும் சமயங் களில், இந்த நாணத்தால் உண்டாகும் அவஸ்தைகளையும் கொஞ்சம் யோசித்துப்பார்க்கவேண்டும்.

உதாரணமாக, இந்தப் பெண் அழகிய தோள்களை உடைய சோழன் கிள்ளியிடம் காதல்வயப்பட்டிருக்கிறாள்.

அவன் வீதி உலா வரும் நேரம், அவனைப் பார்க்கவேண்டும் என்கிற ஆவல் முன்னே தள்ள, வாசலை நோக்கி ஓடுகிறாள் அவள். ஆனால், அங்கே சென்றதும், அவனை நிமிர்ந்து பார்க்கமுடியாதபடி வெட்கம் அவளைத் தடுக்கிறது. சட்டென்று வீட்டுக்குத் திரும்பிவிடுகிறாள்.

சிறிது நேரத்துக்குப்பின், காதலால் மனத்தைத் திடப்படுத்திக்கொண்டு மீண்டும் வெளியே ஓடுகிறாள். அவன் வரும் பாதையின் அருகே சென்றதும் மறுபடி வெட்கம் உயிரைக் கொல்ல, அவளுடைய தலை தானாகக் கவிழ்ந்துகொள்ள, அங்கேயே நாணி நிற்கிறாள் அவள்.

இப்படி, ஒருபக்கம் காதலும், மறுபக்கம் நாணமும் அவளைப் பிடித்து இழுக்க, இவற்றில் எந்தப் பக்கம் செல்வது என்று தீர்மானிக்கமுடியாத வளாக அவள் திகைத்து நிற்கிறாள். அப்போதைய அவளுடைய நிலைக்கு ஓர் அழகான உவமை சொல்கிறார் புலவர்:

'இருதலைக்கொள்ளி எறும்பு'.

ஒரு சிறிய எறும்பு. நீளமான மூங்கில் குழாய் ஒன்றினுள் சிக்கிக் கொள்கிறது. சிறிது நேரத்தில் அந்தக் குழாயின் ஒரு பக்கத்தில் தீப் பிடித்துவிடுகிறது, இதை உணர்ந்ததும், சட்டென்று மறுபுறமாகத் தப்பி ஓட நினைக்கிறது எறும்பு. ஆனால், கொடுமையான விஷயம், அந்த இன்னொருப் பக்கத்திலும் தீப்பிடித்திருக்கிறது.

'அச்சச்சோ, இரண்டு பக்கமும் நெருப்பு எரிகிறதே, உடல் தகிக்கிறதே, இன்னும் கொஞ்ச நேரத்தில் ஏதேனும் ஒரு நெருப்பு என்னை நெருங்கிக் கொன்றுவிடுமே, இப்போது நான் எந்தப் பக்கமாகத் தப்பி ஓடுவேன்?' என்று அந்த எறும்பு தவிப்பதைப்போல, காதலுக்கும் நாணத்துக்கும் இடையே சிக்கிக்கொண்ட இந்தப் பெண் வருந்திப் புலம்புகிறாள்.

இந்த நிலையைதான், கண்ணதாசன் ஒரு திரைப்பாடலில் அழகாகச் சுருக்கி எழுதினார்:

> 'வா என்றது உருவம், நீ போ என்றது நாணம்,
> கண் கொண்டது மயக்கம், இரு கால் கொண்டது தயக்கம்!'
> நாண்ஒருபால் வாங்க நலன்ஒருபால் உள்நெகிழ்ப்பக்
> காமருதோள் கிள்ளிக்குஎன் கண்கவற்ற யாமத்து
> இருதலைக் கொள்ளியின் உள்எறும்பு போலத்
> திரிதரும் பேரும்என் நெஞ்சு.

நாண்	-	வெட்கம்
ஒருபால்	-	ஒருபக்கம்
நெகிழ்ப்ப	-	நெகிழ்ச்சியடையச்செய்ய
காமருதோள்	-	அழகான தோள்
கவற்ற	-	வருத்தம் / கவலை உண்டாக்க
திரிதரும்	-	அலைந்து / சுழன்று / திணறி ஓடும்
பேரும்	-	பின்வாங்கும்

49

நிஜக்கண்ணா, மரக்கண்ணா?

காதலுக்குத் தூதாக யாரை அனுப்பலாம்?

பொதுவான நண்பர்களை அனுப்பலாம். அல்லது புத்திசாலிப் பறவைகளை அனுப்பலாம். ஓடுகிற தண்ணீரையும் வானத்து மேகத்தையும் கூடத் தூதாக அனுப்பியவர்கள் இருக்கிறார்கள்.

ஆனால், இவற்றில் எதையும் நம்ப விரும்பாத சிலர் உண்டு. அவர்கள் தங்களின் மனத்தையே தூதாக அனுப்புகிறார்கள். 'என் நெஞ்சே, நான் அவனை / அவளைக் காதலிக்கிற விஷயம் உன்னைத்தவிர வேறு யாருக்கு நன்றாகத் தெரியும்? ஆகவே, நீயே நேராகச் சென்று, வலது பக்கம் திரும்பி, ஒன்றரை மைல் தூரம் பயணித்து, அவனை / அவளைச் சந்தித்து என்ன சேதி என்று கேட்டுக்கொண்டு வா' என்று செல்லம் கொஞ்சி அனுப்பிவிடுகிறார்கள்.

இந்தப் பாடலில் வரும் காதலி அந்த வகையைச் சேர்ந்தவள்தான்.

ஒளி பொருந்திய புலிக்கொடியைக் கொண்ட வெற்றி வீரன் சோழனை மனத்தினுள் நிறைத்துக்கொண்டவள் இவள். அவனை நினைத்து நினைத்து, பிரிவுத் துயரத்தால் இவளுடைய தோள்கள் நடுங்குகின்றன. உடம்பு மெலிந்துவிட்டது. ஆனாலும், அவன் அவளைச் சந்திக்க வரவில்லை.

ஆகவே, இந்தத் துன்பத்தின் உச்சியில், அவள் தனது நெஞ்சை அழைத்து அவனிடம் தூதாக அனுப்புகிறாள். 'நெஞ்சே, என் காதலன் சோழன், இந்த வீதியில் பவனி வரும்போது, நீ அவன் எதிரே போய் நில். அவனை நினைத்த பாவத்துக்காக, நான் இங்கே அனுபவித்துக் கொண்டிருக்கும் துன்பத்தையெல்லாம் ஒன்றுவிடாமல் அவனுக்கு எடுத்துச் சொல்' என்று கட்டளையிடுகிறாள்.

'நான் எதற்கு? நீயே அவனை நேரில் சந்தித்துப் பேசலாமே?'

'அதுதான் என்னால் முடியவில்லையே' என்று சலித்துக்கொள்கிறாள் அவள், 'என்னால்தான் அவனை நேருக்கு நேர் பார்க்கமுடியவில்லை. வெட்கம் பிடுங்கித் தின்கிறது. அதனால்தான் எனக்குப் பதில் உன்னைத் தூது அனுப்புகிறேன்.'

'நெஞ்சே, நீர் வளம் நிறைந்த இந்த நாட்டை ஆளுகிற மன்னன் அவன். அப்பேர்ப்பட்ட அரசனுக்கு இந்தப் பெண்ணின்மேல் கொஞ்சம்கூட இரக்கமில்லையா? அவனை நேசிக்கும் என்மேல் கருணைப் பார்வையை வீசாத அவனுடைய கண், நிஜக் கண்தானா? அல்லது மரக் கண்ணா என்றெல்லாம் நீ கேட்டுக்கொண்டு வா!'

வரக்கண்டு நாணாதே; வல்லைஆல் நெஞ்சே
மரக்கண்ணோ மண்ஆள்வார் கண்என்று இரக்கண்டாய்
வாள்உழுவை வெல்கொடியான் வண்பினல் நீர்நாடற்குஎன்
தோள்அழுவம் தோன்றத் தொழுது.

வல்லை	-	உனக்கு வல்லமை உண்டு, உன்னால் முடியும்
ஆல்	-	'ஆமாம்' என்பதுபோன்ற ஒரு குறிப்பு
இரக்கண்டாய்	-	இரக்கம் கொள்கிறாய்

வாள்	-	ஒளி
உழுவை	-	புலி
வண்	-	அதிகமான
அழுவம்	-	துன்பம் / நடுக்கம்

50

வாட்டும் காற்று

பிரிந்திருக்கும் காதலர்களுக்கு இங்கே ஏராளமான விரோதிகள் உண்டு. அவர்கள் முன்பு கூடியிருந்த நாள்களின் இனிய நினைவுகளைக் கிளறிவிட்டு, வாட்டி, வேடிக்கைப் பார்க்கும் இந்த 'வில்லன்'களில் முக்கியமானது, இயற்கை. குறிப்பாக, வாடைக்காற்று!

காதலனைப் பிரிந்த காதலியையோ, காதலியைப் பிரிந்த காதலனையோ இந்த வாடைக்காற்று வருடித் தாக்கும்போது அவர்களுக்குப் பழைய ஞாபகங்களும் ஏக்கமும் தானாகக் கிளர்ந்து எழுகிறது.

குளிரும் பனிவாடைக் காற்றின் இந்தக் கொடுமையைத் தாங்கமுடியாத ஒரு பெண், அந்தக் காற்றை அழைத்துப் பேசுகிறாள். 'ஏம்ப்பா, உனக்கும் எனக்கும் என்ன விரோதம்? அநாவசியமா என்னை ஏன் இப்படித் தொல்லை பண்றே? கொஞ்சநேரம் என்னை நிம்மதியா விடமாட்டியா?' என்று அதட்டுகிறாள்.

'நீ என்னைமட்டும் தொல்லை செய்தாலாவது பரவாயில்லை. ஊரில் காதலனைப் பிரிந்திருக்கும் ஒரு பெண்ணையும் நீ விட்டுவைப்பதில்லை. கொஞ்சமும் இரக்கமில்லாமல் அவர்கள்மேல் பாய்ந்து, உன் குளிர்ச்சியால் வருடி, பழைய ஞாபகங்களைக் கிளறிவிட்டு வதைக்கிறாய்? நீ என்ன பேய் ஜென்மமா? என்னைப்போன்ற பெண்கள் எல்லோரும் உனக்குக் கப்பம் செலுத்தும் அடிமைகளா? பிறகு ஏன் இப்படியெல்லாம் எங்களைக் கொடுமைப்படுத்துகிறாய்' என்று கடுமையாகக் குற்றம் சாட்டுகிறாள் அவள்.

இப்படிக் கேட்டுவிட்டு அவள் தொடர்ந்து சொல்கிறாள். 'உற்சாகமாகவும் வேகமாகவும் ஓடுகின்ற குதிரைகளைப் பூட்டிய தேரில் என் காதலன் சோழன் கிள்ளி வந்துகொண்டிருக்கிறான். நான் அவனுக்காக காத்துக்கொண்டிருக்கிறேன். ஏக்கமும் எதிர்பார்ப்பும் தளர்வும் நிறைந்த இந்த இடைவெளியைப் பயன்படுத்திக்கொண்டு நீ உன் வேலையைக் காட்டுகிறாய். இது நியாயமா?'

பேயோ பெருந்தண் பனிவாடாய் பெண்பிறந்தா
ரேயோ உனக்குஇங்கு இறைக்குடிகள் நீயோ
களிபடுமால் யானைக் கடுமான்தேர்க் கிள்ளி
அளியிடை அற்றம்பார்ப் பாய்.

பெருந்தண்	-	அதிகக் குளிர்ச்சி
வாடாய்	-	வாடைக் காற்றே
பெண் பிறந்தாரேயோ	-	பெண்ணாகப் பிறந்தவர்கள்தானா
இறை	-	வரிப்பணம்
கடுமான்	-	வேகமாக ஓடும் குதிரை
அளியிடை	-	அருள் செய்வதற்கு முன்பாக
அற்றம்	-	தளர்ச்சி / மெலிவு / இடைவெளி

51

வாடையே, வராதே

நீண்ட வேலைக் கையில் ஏந்தியவன் நலங்கிள்ளி. அவன் ஆட்சி செய்யும் சோழ நாட்டில் நீர் வளம் மிக அதிகம். ஆகவே, அங்குள்ள நீர்த்தடாகங்களில் தாமரை, 'நீலம்' எனப்படும் குவளை மலர்கள் ஏராளமாகப் பூத்திருக்கின்றன.

ஒரு வண்டு, இந்த மலர்களையெல்லாம் தடவி, தேனைக் குடித்து முடிக்கிறது. அப்போது, கவலையுடன் அமர்ந்திருக்கும் ஒரு பெண்ணைப் பார்க்கிறது. 'இவளுடைய துயரத்தைப் போக்குவதற்கு என்ன செய்யலாம்?' என்று யோசிக்கிறது. சிலர் தங்களின் கஷ்டங்களை நினைத்துக்கொண்டு மிகவும் வருத்தப்படுவார்கள், புலம்புவார்கள், எந்நேரமும் கன்னத்தில் கை வைத்து உட்கார்ந்திருப்பார்கள். அவர்களைப் பழையபடி உற்சாகப்படுத்த ஒரு மனோதத்துவத் தந்திரம் உண்டு.

ஒரு பெரிய கோடு, அதை அழிக்காமல் சிறியதாக மாற்றவேண்டு மென்றால், பக்கத்திலேயே அதைவிடப் பெரிய கோடு ஒன்றை வரைய வேண்டும். அவ்வளவுதான். இதே தந்திரம், மனித மனங்களிலும் நன்றாகப் பயன்படும். ஒருவர் தன்னுடைய கஷ்டத்தை எண்ணி வருந்தும்போது, 'நீங்கள்மட்டுமா துன்பப்படுகிறீர்கள்? ஊரில் எல்லோருக்கும்தான் கஷ்டம்' என்கிறவிதமாகப் பேசவேண்டும். அவர்களிடம் நம்முடைய கஷ்டத்தை விவரித்து, 'இதோடு ஒப்பிட்டால் நீங்கள் அனுபவிக்கிற சிரமங்கள் மிகச் சாதாரணமானவை'

என்று நினைக்கச் செய்யவேண்டும். அப்போது அவர்கள் ஓரளவேனும் ஆறுதல் அடைவார்கள்.

இப்படி யோசித்த வண்டு அந்தப் பெண்ணை நெருங்குகிறது. தன்னுடைய கஷ்டங்களைச் சொல்கிறது. 'ஏ பெண்ணே, சோழ நாடு முன் போல் இல்லை. ஊரெங்கும் காவல் அதிகமாகிவிட்டது. வெறுமனே தாமரை மலரில் தேன் திருடச் செல்லும் அப்பாவியாகிய என்னைக் கூட, ஆள்வைத்துப் பிடித்துச் சிறையில் அடைத்துவிடுவார்கள்போல.'

இதைக் கேட்டதும், அந்தப் பெண்ணின் முகம் சட்டென்று மலர்கிறது. வலதுபக்கமாகத் திரும்புகிறாள். அங்கிருந்து வீசுகிற வாடைக் காற்றை நோக்கிச் சத்தமாக அதட்டிப் பேசுகிறாள். 'வாடைக் காற்றே, அந்த வண்டு சொன்னதைக் கேட்டாயா? சோழனின் நாட்டில் காவல் அதிகமாகிவிட்டது. ஆகவே, நீ முன்பைப்போல் எல்லா இடங்களிலும் சுற்றித் திரியமுடியாது. காதலரைப் பிரிந்திருக்கும் பெண்களையெல்லாம் உன் இஷ்டம்போல் வாட்டிக்கொண்டிருக்கமுடியாது. அதனால் நீ இனிமேல் இங்கே வராதே. ஏற்கெனவே பிரிவுத் துயரத்தில் நொந்துபோயிருக்கும் எங்களைக் கொஞ்சம் நிம்மதியாக இருக்க விடு!'

> நாம நெடுவேல் நலங்கிள்ளி சோணாட்டுத்
> தாமரையும் நீலமும் தைவந்து யாமத்து
> வண்டுஒன்று வந்தது வாரல் பனிவாடாய்
> பண்டுஅன்று பட்டினம் காப்பு.

நாமம்	-	பயம்
நெடு	-	நீண்ட
தைவந்து	-	தடவி
யாமம்	-	நள்ளிரவு
வாரல்	-	வராதே
வாடாய்	-	வாடைக் காற்றே
பண்டு	-	பழைய
காப்பு	-	காவல்

52

நீயே முருகன்

மயிலை வாகனமாகக் கொண்டவன் முருகன். அந்த முருகப் பெருமானுக்குக் கடம்ப மலர்களைக்கொண்டு பூஜை செய்வது வழக்கம்.

அப்படி நாள்தோறும் முருகனுக்குப் பூஜை செய்து வழிபட்டுக் கொண்டிருந்த புலவர் ஒருவர், அரசன் சோழனைச் சந்திக்கிறார். 'மன்னா, முருகனும் நீயும் ஒன்றுதான்!' என்கிறார்.

இதைக் கேட்ட சோழன் திகைத்துப்போகிறான். 'அது எப்படி?' என்று வியப்புடன் கேட்கிறான்.

புலவர் புன்னகையுடன் தனது புகழ்ச்சிக்கு விளக்கம் கொடுக்கிறார். 'மன்னா, இந்த பூமியில் தொடங்கும் போர்கள் எல்லாவற்றிலும் நீதான் ஜெயிக்கிறாய். ஆகவே, பெரும் வெற்றி வீரனான உன்னை நான் என்னுடைய இனிய தமிழால் போற்றிப் பாடுகிறேன்.'

'அது சரி. ஆனால் இதற்கும் முருகனுக்கும் என்ன சம்பந்தம்?'

'என்னைப்பொறுத்தவரை, உன்னை நான் வாழ்த்திப் பாடுவதும், கடம்ப மலர்களைத் தூவி முருகனுக்கு நான் தினந்தோறும் செய்கிற பூஜைகளும் ஒன்றுதான். ஆகவே, நீ முருகனுக்கு இணையானவன்!'

மடங்கா மயில்ஊர்தி மைந்தனை நாளும்
கடம்பப்பூக் கொண்டுஏத்தி அற்றால் தொடங்கமருள்
நின்றுஇலங்கு வென்றி நிறைகதிர் வேல்மாறனை
இன்தமிழால் யாம்பாடும் பாட்டு.

ஏத்தி	-	*புகழ்ந்து*
அற்றால்	-	*அதைப்போல (உவமை)*
மருள்	-	*போர்*
இலங்கு	-	*ஒளி வீசி*
வென்றி	-	*வெற்றி*

பகுதி 3

பாண்டியன்

53

எங்கிருந்தோ வந்த மலர்கள்

மகாபாரதத்தில் ஒரு சோகமான காட்சி. அர்ச்சுனனின் மகன் அபிமன்யு போரில் இறந்துவிடுகிறான். அந்தத் துயரத்தைத் தாங்கமுடியாத அர்ச்சுனன் சாப்பாடு, தூக்கம் மறந்தவனாக இடிந்துபோய் அமர்ந்திருக்கிறான்.

இதைப் பார்த்த கண்ணன், அர்ச்சுனனைத் தேற்றுகிறான். 'ஏதாவது சாப்பிடு' என்கிறான்.

'வேண்டாம் கண்ணா' என்று மறுக்கிறான் அர்ச்சுனன். 'எனக்குச் சாப்பிடத் தோன்றவில்லை. எங்கே பார்த்தாலும் அபிமன்யுவின் முகம்தான் தெரிகிறது!'

'அதையே நினைத்துக்கொண்டிருந்தால் எப்படி?' என்று அவனை உரிமையோடு கண்டிக்கிறான் கண்ணன். 'நீ முதலில் சாப்பிடு, எல்லாம் சரியாகிவிடும்' என்றபடி சில தின்பண்டங்களைக் கொண்டுவந்து அர்ச்சுனனுக்குமுன்னால் வைக்கிறான்.

அப்போதும் அர்ச்சுனனுக்குச் சாப்பிட மனம் இல்லை. ஆனால், அதைக் கண்ணனிடம் நேரடியாகச் சொல்லவும் தயக்கம். ஆகவே, 'உனக்குத் தெரியாதா கண்ணா? சிவனுக்கு பூஜை செய்யாமல் நான் சாப்பிடுவதில்லை' என்று சமாளிக்கிறான்.

'தெரியும்' என்று சிரித்த கண்ணன், 'நீ இந்த மலர்களை என் தலைமேல் தூவு' என்று ஒரு பூக்கூடையைக் காட்டுகிறான்.

'எதற்கு?' வியப்புடன் கேட்கிறான் அர்ச்சுனன்.

'நீ என் தலைமேல் தூவும் மலர்கள், நேராகச் சிவபெருமானைச் சென்று சேர்ந்துவிடும்' என்கிறான் கண்ணன்.

அதன்படி, அர்ச்சுனன் கண்ணனின் தலையில் மலர்களைத் தூவிச் சிவ பூஜை செய்கிறான். உடனே, அந்த மலர்கள் நேரடியாகச் சிவபெருமானின் பாதங்களைச் சென்றடைகின்றன.

அர்ச்சுனன் தூவி, கண்ணனின் தலைவழியே சிவபெருமானின் காலில் சென்று சேர்ந்த அந்த மலர்களைப்போல, இங்கே

பாண்டிய அரசனின் காலில் கிடக்கும் இந்த மலர்களும் ஒரு 'புதுமை'யான முறையில் அங்கே வந்து சேர்ந்தவைதான்.

பாண்டியனின் ஆட்சியை ஏற்று, அவனுக்குக் கப்பம் செலுத்த வந்த சிற்றரசர்கள் ஏராளம். அவர்கள் ஒவ்வொருவரும் பாண்டியனை அடி பணிந்து வணங்கியபோது, அவர்கள் தலையில் அணிந்திருந்த மலர்கள் உதிர்ந்து கீழே விழுகின்றன. அப்படி விழுந்த மலர்கள்தான் இப்போது பாண்டியனின் காலடியில் குவிந்து கிடக்கின்றன!

செங்கண் நெடியான்மேல் தேர்விசயன் ஏற்றியபூப்
பைங்கண்வெள் ஏற்றான்தாள் கண்டற்றால் எங்கும்
முடிமன்னர் சூடியபூ மொய்ம்மலர்த்தார் மாறன்
அடிமிசையே காணப்படும்.

செங்கண்	-	சிவந்த கண்
நெடியான்	-	திருமால் / விஷ்ணு
விசயன்	-	அர்ச்சுனன்
பைங்கண்	-	பசிய / குளிர்ந்த கண்கள்
வெள் ஏற்றான்	-	வெள்ளை எருதை வாகனமாக ஏற்ற சிவன்
தாள்	-	பாதம்
மொய்ம்மலர்	-	மலர்கள் மொய்த்த / நிறைந்த
தார்	-	மாலை
மிசை	-	உயர்வு

54

நீயே கண்ணன்

52வது முத்தொள்ளாயிரப் பாடலில் 'சோழனும், முருகனும் சமம்' என்று புகழப்பட்டது. அதுபோல, இந்தப் பாடலில் பாண்டியனும் கண்ணபிரானும் ஒன்றே என்று எழுதுகிறார் புலவர்.

சிறுவயதில், கண்ணனைக் கொல்வதற்காக ஓர் அரக்கன் குதிரை வடிவம் எடுத்து வந்தான். அப்போது அவனை அடக்கிக் கொன்றவன் குழந்தைக் கண்ணன்.

பின்னர், அநிருத்தன் சிறைப்பட்டபோது அவனை மீட்பதற்காகக் கண்ணன் குடக்கூத்து ஆடினான். கோகுலத்தில் மாடுகளை மேய்த்துக்

கொண்டிருந்த அந்த மாயக் கண்ணன், 'நப்பின்னை'யைக் காதலித்து, மணந்தான்.

இந்தத் தகவல்களையெல்லாம் ஒவ்வொன்றாக அடுக்கிச் சொல்லி விட்டு, நம் புலவர் பாண்டியனைப் பார்த்துக் கேட்கிறார். 'கண்ணா, அப்போது நீ நப்பின்னையைத் தழுவியபோது உன் மார்பில் ஒரு மச்சம் இருந்தது. ஆனால், இப்போது அதைக் காணவில்லையே. அந்த மச்சத்தை எங்கே ஒளித்துவைத்திருக்கிறாய்?'

இதைக் கேட்டதும், பாண்டியனுக்குப் பெரும் திகைப்பு. 'இந்தப் புலவர் ஏன் இப்படி உளறிக்கொட்டுகிறார்?' என்று மனத்தினுள் எண்ணியபடி சிரிக்கிறான். 'என்னாச்சு புலவரே? திடீரென்று என்னைக் கண்ணன் என்று அழைக்கிறீர்கள்? என் பெயர்கூட மறந்துவிட்டதா உங்களுக்கு?'

புலவரும் மெல்லச் சிரித்தபடி, 'நான் உங்களை அப்படி அழைத்ததில் ஏதும் தவறில்லை அரசே. தெளிந்த நீர் ஓடும் வைகை ஆற்றுக்கும், மதுரை மாநகரின் மக்களுக்கும், இந்தத் தென்னாட்டவர்கள் எல்லோருக்கும் தலைவராகிய நீங்கள் அந்தக் கண்ணபெருமானின் இன்னோர் அவதாரம்தானே' என்று ஒரு பனிக்கட்டியைப் பாண்டியன் தலையில் தூக்கி வைக்கிறார்.

> கூந்தன்மா கொன்று குடம்ஆடிக் கோவலனாய்ப்
> பூந்தொடியைப் புல்லிப ஞான்றுஉண்டால் யாங்குஒளித்தாய்
> தென்னவனே, தேர்வேந்தே, தேறுநீர் கூடலார்
> மன்னவனே மார்பின் மறு.

கூந்தன்மா	-	கூந்தல் (பிடரி முடி) கொண்ட குதிரை
குடம்	-	ஒரு வகைக் கூத்து
கோவலன்	-	மாடுகளை மேய்ப்பவன்
புல்லிய	-	தழுவிய
ஞான்று	-	காலம்
உண்டால்	-	இருந்த
யாங்கு	-	எங்கே
வேந்தே	-	அரசனே
தேறு நீர்	-	தெளிந்த நீர்
கூடல்	-	மதுரை
மறு	-	மச்சம்

55

இங்கே என்ன விசேஷம்?

பணிநிமித்தமாகவோ, அல்லது சுற்றுலாவுக்காகவோ நாம் ஒரு ஊருக்குப் போகிறோம் என்று வைத்துக்கொள்வோம். அங்கிருந்து திரும்பும்போது, எதை மறந்தாலும் ஒரு விஷயத்தைமட்டும் மறக்கமாட்டோம். அந்த ஊரில் என்ன விசேஷமோ, அதை நம் ஊருக்கு வாங்கிக்கொண்டுதான் திரும்புவோம். திருநெல்வேலிக்குச் சென்றால் அல்வா, திருப்பதிக்குச் சென்றால் லட்டு, மதுரைக்குச் சென்றால் மல்லிகைப்பூ ... இப்படி.

ஆனால், திருநெல்வேலியிலும், மதுரையிலும் என்ன விசேஷம் என்று எல்லாருக்கும் தெரியும். ஆகவே, சட்டென்று வேண்டியதை வாங்கிக் கொண்டு கிளம்பிவிடலாம். இவை அல்லாத வேறோர் ஊருக்குச் சென்றால் என்ன செய்வது? அங்கே என்ன கிடைக்கும் என்று எப்படித் தெரிந்துகொள்வது?

வேறு யாரை விசாரிக்கமுடியும்? அந்த ஊரில் இருக்கிற மக்களைத்தான் கேட்கவேண்டும்.

நாம் அப்படிக் கேட்டதும், 'என்ன இப்படிக் கேட்டுட்டீங்க?' என்று அவர்கள் செல்லமாகக் கோபித்துக்கொள்வார்கள். 'எங்க ஊர்ல இது கிடைக்கும், அது கிடைக்கும்', என்றெல்லாம் தங்கள் நகரத்தின் அருமைபெருமைகளை அடுக்குவார்கள். அவர்கள் ஆலோசனைப்படி நாம் அந்தப் பொருள்களை வாங்கிக்கொண்டு கிளம்பலாம்.

இப்படித்தான், பாண்டிய நாட்டுக்கு வந்த ஒரு பயணி, அங்கிருந்த ஒருவரிடம் 'இந்த நாட்டில் என்ன விசேஷமாகக் கிடைக்கும்?' என்று தெரியாத்தனமாகக் கேட்டுவிட்டார். அடுத்த விநாடி, அவர்முன்னே ஒரு பெரிய பட்டியலையே நீட்டிவிட்டார்கள் பாண்டிய மக்கள்:

'முதலாவதாக, எங்கள் பாண்டிய மண்ணைத் தோண்டினால் செம் பொன் கிடைக்கும்.

அடுத்ததாக, எங்கள் ஊர்ச் சாலைகளில் நடந்துசென்றால், இயல், இசை, நாடகம் என்று முத்தமிழும் முழங்குவதைக் கேட்கலாம், அற்புதமான தமிழ் நூல்கள் கிடைக்கும். மூன்றாவதாக, எங்களுடைய நீர்நிலைகளில் குதித்துத் தேடினால் அற்புதமான வெண் சங்குகள் கிடைக்கும். விலைமதிப்பற்ற சிறந்த முத்துகளும் கிடைக்கும்.

எங்கள் ஊருக்கு வெளியே மலைச்சாரல் இருக்கிறது. அங்கே சென்றால் கம்பீரமான, சிறந்த யானைகள் கிடைக்கும்.

இவை எல்லாவற்றையும்விட முக்கியமாக, எங்கள் அரசன் வலிமை மிகுந்த பாண்டியனின் கூர் வேலின் நுனியில் தேடினால், அவனால் கொல்லப்பட்ட பிற தேசத்து மன்னர்களின் 'மாலை அணிந்த மார்புகள்' ஏராளமாகக் கிடைக்கும்.'

இப்படியாக, பாண்டிய நாட்டின் வளத்தைச் சொல்வதற்காகத் துவங்கிய இந்தப் பட்டியல், இறுதியில், பாண்டிய மன்னனின் வீரத்தைச் சொல்லி முடிகிறது!

பார்படுப செம்பொன் பதிபடுப முத்தமிழ்நூல்
நீர்படுப வெண்சங்கும் நித்திலமும் சாரல்
மலைபடுப யானை வயமாறன் கூர்வேல்
தலைபடுப தார்வேந்தர் மார்பு.

பார்	-	*நிலம்*
படுப	-	*காணப்படும்*
பதி	-	*இடம் / ஊர்*
நித்திலம்	-	*முத்து*
வய	-	*வலிமையான*
தார்	-	*மாலை*

56

நடுங்கும் அரசர்கள்

படமெடுத்து ஆடும் நாகப் பாம்பின் தலையில், கிடைப்பதற்கு அரிதான மாணிக்கக் கல் உள்ளது என்று சிலர் நம்புகிறார்கள்.

ஆனால், அந்தப் பாம்பை நேரில் பார்க்கிறபோது, அதன் தலையில் மாணிக்கக் கல் இருக்கிறதா, இல்லையா என்று யாரும் சோதிப்பதில்லை, அந்த மாணிக்கக் கல்லை எடுத்து விற்றால் எத்தனை கோடி கிடைக்கும் என்றெல்லாம் யோசிக்கத் தோன்றுவதில்லை. அவர்கள் எத்தனை பெரிய தைரியசாலிகளாக இருந்தாலும், 'பாம்பு, பாம்பு ...', என்று அலறியடித்துக்கொண்டு ஓட்டம் பிடிக்கிறார்கள்.

இப்படிப் பாம்பைப் பார்த்துப் பயந்து ஓடியவர்கள்தான், 'பாம் பென்றால் படையும் நடுங்கும்' என்கிற பழமொழியை உருவாக்கி யிருக்கவேண்டும்.

பழமொழி கிடக்கட்டும். இப்போது நம் முத்தொள்ளாயிரப் புலவரிடம் சில கேள்விகள் கேட்கவேண்டியிருக்கிறது.

புலவரே, இந்த மனிதர்கள் எல்லோரும் பாம்பைப் பார்த்து நடுங்கு கிறார்கள். ஆனால், அந்தப் பாம்பு எதைப் பார்த்து நடுங்கும்?

'பார்த்து' நடுங்காது, 'கேட்டு' நடுங்கும்.

எதைக் கேட்டு?

வானத்திலிருந்து முழங்கும் இடி ஓசையைக் கேட்டால், பாம்புக்கு பயம் வரும் என்று சொல்கிறார்கள்.

அது எப்படி? எங்கேயோ மேலே ஒலிக்கிற இடிச் சப்தத்தைக் கேட்டு, கீழே தரையில் இருக்கிற பாம்புக்குப் பயம் வருமா என்ன?

இந்த பூமியிலிருக்கும் அரசர்கள் எல்லோருக்கும், பாண்டிய மன்னனின் சிவந்த கண்களையும், கோபம் கொண்ட வேலையும் கனவில் நினைத் தாலே உடம்பு வெலவெலத்துப்போகிறதாம். அந்த விஷயம் தெரியுமா உங்களுக்கு?

ஆறு அறிவு படைத்த மனிதர்கள், அதுவும் அரசர்கள், அவர்களே, எங்கேயோ இருக்கிற பாண்டியனை நினைத்து இப்படிப் பயப்படும் போது, பாவம், அந்த ஐந்தறிவுப் பாம்பு, இடியை நினைத்து பயப்படு வதில் என்ன ஐயா ஆச்சரியம்?

> அருமணி ஐந்தலை ஆடுஅரவம் வானத்து
> உருமேற்றை அஞ்சி ஒளிக்கும் செருமிகுதோள்
> செங்கண்மா மாறன் சினவேல் கனவுமே
> அங்கண்மா ஞாலத்து அரசு.

அரு	-	அரிய / அரிதான
ஐ	-	அழகு
அரவம்	-	பாம்பு
உருமு	-	இடி
ஒளிக்கும்	-	ஒளிந்துகொள்ளும்
செரு	-	பகை
அம்	-	அழகிய
ஞாலம்	-	பூமி

57

பாண்டியன் பிறந்தநாள்

நம்முடைய பிறந்த நாள் வரும்போது, நண்பர்கள் நமக்குப் பரிசுகளைக் கொண்டு வருகிறார்கள்.

ஆனால், இதற்கு நேர் எதிராக, அரசர்களுடைய பிறந்த நாள் வரும் போது அவர்கள்தான் தங்களுடைய மக்களுக்குப் பரிசு அளிப்பார்கள். 'என் பிறந்த நாளை முன்னிட்டு, உங்கள் எல்லோருக்கும் இந்த மாத வரியைத் தள்ளுபடி செய்கிறேன்' என்பார்கள். அல்லது 'அடுத்த ஏழு நாள்களுக்கு நீங்கள் யாரும் வேலைக்குப் போகவேண்டியதில்லை, எல்லோரும் இஷ்டம்போலக் குடிக்கலாம், கூத்தாடலாம்' என்று அறிவிப்பார்கள்.

இதெல்லாம் எதற்காக? மக்கள் சந்தோஷமாக இருந்தால்தான் தங்களுடைய அரசனின் பிறந்தநாளை உற்சாகமாகக் கொண்டாடுவார்கள். அவனுடைய தாராள மனப்பான்மையைப் போற்றுவார்கள்.

இங்கே, இந்தப் பாண்டிய அரசனுக்குப் பிறந்த நாள் வருகிறது. ஆனால், அதைக் கேள்விப்பட்டதும், பாண்டிய நாட்டுக் குடிமக்களை விட, அவனுடைய எதிரிகள்தான் அதிகம் மகிழ்ச்சி அடைகிறார்கள்.

ஏன்?

பின்னே, வருடத்துக்கு ஒருமுறைதான் பாண்டியனுக்குப் பிறந்த நாள் வருகிறது. அந்தச் சந்தர்ப்பத்தைப் பயன்படுத்திக்கொள்ளவேண்டாமா?

போர் செய்வதையே தொழிலாகக் கொண்டவன் பாண்டியன். ஆனால், அவனுடைய பிறந்த தினமாகிய இந்த உத்திராட நட்சத்திர நாளில் மட்டும் அவன் யாரோடும் சண்டையிடுவதில்லை. மகிழ்ச்சியான மனோநிலையில் காணப்படுகிறான்.

ஆகவே, பாண்டியன் நம்மீது போர் தொடுத்துவிடுவானோ என்கிற பயம் இல்லாமல், இந்த எதிரி நாட்டு அரசர்கள் தங்கள் கோட்டைகளின் அழகான, பெரிய கதவுகளைத் திறந்துவிடுகிறார்கள். யானைகளிலும் தேர்களிலும் குதிரைகளிலும் சவாரி செய்து மகிழ்கிறார்கள். ஊரெங்கும் இசை ஒலிக்கச் செய்கிறார்கள். அந்த ஒலிக்கு ஏற்ப ஆடும் குதிரைகளோடு சேர்ந்து அவர்களும் நடனமாடுகிறார்கள்.

ஆனால், இந்த உற்சாகமெல்லாம் ஒரே ஒரு நாளைக்குதான். பாண்டியனின் பிறந்த தினக் கொண்டாட்டம் முடிந்ததும், பழையபடி அவன் மேலான பயம் இவர்களைத் தொற்றிக்கொள்ளும். ஆகவே, இந்த ஒரு நாளை அவர்கள் மிகச் சிறப்பாக பயன்படுத்திக்கொள்கிறார்கள்.

நியாயம்தான். இந்தத் திருநாளை நன்றாகக் கொண்டாடுங்கள் எதிரிகளே, இப்போது தவறவிட்டால், இனிமேல் அடுத்த வருடம் தான். அதுவரை, பாண்டியன் உங்களை உயிரோடு விட்டுவைக்கிறானோ, என்னவோ. இப்போதே நன்றாகக் கொண்டாடிக் கொள்ளுங்கள்!

> கண்ணார் கதவம் திறமின், களிறொடுதேர்
> பண்ணார் நடைப்புரவி பண்விடுமின் நண்ணாதீர்
> தேர்வேந்தன் தென்னன் திருவுத்தி ராடநாள்
> போர்வேந்தன் பூசல் இலன்.

கண்ணார்	-	கண்களைக் கவர்ந்திழுக்கும்
கதவம்	-	கதவு
திறமின்	-	திறந்துவிடுங்கள்
களிறு	-	ஆண் யானை
பண்ணார்	-	இசைக்கு ஏற்றபடி
புரவி	-	குதிரை
பண்விடுமின்	-	இசையுங்கள்
நண்ணாதீர்	-	பகைவர்களே
இலன்	-	இல்லாதவன்

58

எங்கெங்கும் முத்துகள்

முத்துக்குப் புகழ்பெற்றது பாண்டிய நாடு. ஆகவே, இந்தச் சிறப்பை எடுத்துக்காட்டுவதுபோல் பாண்டிய மன்னனின் வெண்கொற்றக் குடையில் ஒளி மிகுந்த, சிறந்த முத்துகள் அலங்காரமாகப் பதிக்கப்பட்டிருக்கின்றன.

பாண்டிய நாட்டின் கடைத்தெருவில் நாம் நடந்து சென்றால், ஏராளமான வகை முத்துகள் விற்பனைக்குக் கிடைக்கும். அற்புதமான முத்துகளைக் கோத்துச் செய்யப்பட்ட முத்து மாலை, முத்து வளையல் போன்ற சிறந்த அணிகலன்களையும் அங்கே பார்க்கலாம். இப்படி

விலைமதிப்பற்ற பல முத்துகளை ஒன்றாகப் பார்த்த ஆச்சரியத்துடன் நாம் கடைத்தெருவிலிருந்து விலகிக் கடற்கரை ஓரமாக நடக்கிறோம். அங்கேயும் ஆங்காங்கே முத்துகள் சிதறிக்கிடக்கின்றன. அந்தக் காட்சி தந்த வியப்பில் நம்முடைய வாய் தானாகப் பிளந்துகொள்கிறது. 'இது என்ன அதிசயம்? என்னதான் பாண்டிய நாட்டில் முத்து வளம் அதிகம் என்றாலும், இப்படியா தரையெங்கும் முத்துகள் இறைந்துகிடக்கும்?' என்று ஆச்சரியப்படுகிறோம்.

கொஞ்சம் நெருங்கிப் பார்த்தால் நமக்கு உண்மை புலப்படுகிறது. அங்கே கிடப்பவை நிஜ முத்துகள் இல்லை. சங்கு முட்டைகளும், திறக்காத புன்னை மொட்டுகளும், பாக்கு மரத்தின் பாளையிலிருந்து சொட்டிய மொட்டுகளும்தான் அப்படித் தரையில் சிதறிக் கிடக்கின்றன.

கோளாறு நம் பார்வையில்தான். பாண்டிய நாட்டு மன்னனின் வெண் கொற்றக் குடையிலும், மக்கள் அணிந்திருக்கும் ஆபரணங்களிலும், கடைவீதியிலும், இப்படி எங்கே பார்த்தாலும் முத்துகளே நம் கண்ணில் பட்டுக்கொண்டிருப்பதால், கடற்கரையோரமாகக் கிடந்த சங்கு முட்டைகளும், புன்னை, பாக்கு மொட்டுகளும்கூட நமக்கு முத்துப்போல் தெரிந்துவிட்டன.

> நந்தின் இளஞ்சினையும் புன்னைக் குவிமொட்டும்
> பந்தர் இளங்கமுகின் பாளையும் சிந்தித்
> திகழ்முத்தம் போல்தோன்றும் செம்மற்றே தென்னன்
> நகைமுத்த வெண்குடையான் நாடு.

நந்து	-	சங்கு
சினை	-	முட்டை
பந்தர்	-	பந்தல்
கமுகு	-	பாக்கு
முத்தம்	-	முத்து
செம்மற்றே	-	தனித்துவம் / பெருமை உடையது
நகைமுத்தம்	-	ஒளிமிகுந்த முத்து

59

ஊடல் சேறு

காதலர்களிடையே ஊடல் என்கிற பொய்க்கோபம் பலவிதமான வேடிக்கைகளைச் செய்கிறது. அவற்றில் ஒன்றுதான் இந்தப் பாடலில் காட்சியாக விரிகிறது.

பாண்டிய நாட்டின் மதுரை நகரம். அங்கே சந்தோஷமான கூடல் காட்சி ஒன்று. காதலியைக் கொஞ்சி மகிழும் காதலன் அவளுடைய மார்பில் குங்குமத்தையும் சந்தனத்தையும் ஆசையோடு அள்ளிப் பூசுகிறான்.

அடுத்து, ஊடல் காட்சி வருகிறது. காதலன்மீது பொய்க்கோபம் கொண்ட காதலி, 'நீ பூசிவிட்ட இந்த அலங்காரம் எனக்கு வேண்டாம்' என்று சொல்வதைப்போல, சந்தனமும் குங்குமமும் கலந்த அந்தக் கலவையைத் தன் மார்பிலிருந்து வழித்து, வீதியில் எறிந்துவிடுகிறாள்.

இப்படி ஒவ்வொரு வீட்டிலும் பெண்கள், ஆண்களின்மீது ஊடல் கொண்டு, சந்தனத்தையும் குங்குமத்தையும் வழித்து எறிகிறார்கள். இதனால், உயர்ந்த மாடங்கள் நிறைந்த மதுரை நகர வீதிகளிலெல்லாம் சேறு படர்ந்திருக்கிறது. அந்த வீதியில் நடக்கிறவர்கள், நறுமணம் கமழும் அந்தச் சேற்றில் தடுமாறி விழுகிறார்கள்.

மைந்தரோடு ஊடி மகளிர் திமிர்ந்திட்ட
குங்கும ஈர்ஞ்சாந்தின் சேறுஇழுக்கி எங்கும்
தடுமாறல் ஆகிய தன்மைத்தே தென்னன்
நெடுமாடக் கூடல் அகம்.

மைந்தர்	-	ஆண்கள்
ஊடி	-	ஊடல் / பொய்க் கோபம் கொண்டு
திமிர்ந்திட்ட	-	வாரியிறைத்த / சிதறிவிட்ட
ஈர்ஞ்சாந்து	-	ஈரமான / குளிர்ந்த சந்தனம்
இழுக்கி	-	வழுக்கி
தன்மைத்து	-	தன்மை உடையது
நெடுமாட	-	உயர்ந்த மாடங்கள்

60

தரை தொடாத பாதங்கள்

வானுலக தேவர்களுக்கும், பூமியில் வாழும் மனிதர்களுக்கும் இடையே முக்கியமான வேறுபாடுகள் இரண்டு. முதலாவதாக, சில விநாடிகளுக்கு ஒருமுறை மனிதர்களின் கண்கள் அனிச்சையாகச் சிமிட்டிக்கொள்ளும் (அல்லது) இமைத்துக்கொள்ளும். சில அழகிகள் எதிர்ப்படும்போது, இந்தக் கண் சிமிட்டல் வேகம் அதிகமாவதும் உண்டு.

ஆனால், எந்நேரமும் ரம்பை, ஊர்வசி, திலோத்தமை என்று பேரழகிகளைப் பார்த்துப் பழகியதாலோ என்னவோ, தேவர்களின் கண்கள் மட்டும் எப்போதும் இமைப்பதில்லை.

அடுத்து, மனிதர்களாகிய நாம் தரையில் நன்றாகக் கால் பதித்து நடக்கிறோம். ஆனால், தேவர்களின் பாதங்கள் எப்போதும் தரையில் படுவதில்லை. ஒருவேளை அவர்கள் பூமிக்கு உல்லாசப் பயணமாக வந்தாலும்கூட, கீழே பாதம் பதிக்கமாட்டார்கள். தரைக்குச் சற்று மேலே மிதப்பதுபோல்தான் நடந்துவருவார்கள்.

இந்த நம்பிக்கையை, ரசனை மிகுந்த ஒரு பாடலாகச் செய்திருக்கிறார் முத்தொள்ளாயிரப் புலவர்.

கண்களை இமைக்காத தேவர்கள், இந்தப் பூமியில் பாதம் பதிப்பதில்லை, ஏன் தெரியுமா?

எங்கள் பாண்டியனுக்கு பயந்துதான்.

தேர்ச் சக்கரத்தைத் தாங்கி நிமிர்த்தும் அளவுக்குப் பலம் கொண்டவன், ஒளி மிகுந்த மாலையை அணிந்தவன், அழகான, உயர்ந்த வெண் கொற்றக்குடையை உடையவன் எங்கள் பாண்டியன். இந்த பூலோகத்தில் உள்ள மன்னர்கள், மக்கள் எல்லோரும் அவனுக்கு அடிமை.

ஆகவே, தேவர்கள் கீழே இறங்கிவரும்போது, ஒருவேளை, தவறிப் போய் அவர்களின் பாதம் தரையில் பட்டுவிட்டால், அவ்வளவுதான். அவர்களும் இந்தப் பூமியை ஆளும் பாண்டியனின் அடிமைகளாகி விடுவார்கள். அதற்குப் பயந்துதான் அவர்களின் பாதங்கள் தரையைத் தொடுவதே இல்லை.

> நேமி நிமிர்தோள் நிலவுதார்த் தென்னவன்
> காமர் நெடுங்குடைக் காவலன் ஆணையால்
> ஏம மணிப்பூண் இமையார் திருந்துஅடி
> பூமி மிதியாப் பொருள்.

நேமி	-	(தேர்ச்) சக்கரம்
நிமிர்	-	நிமிர்த்துகின்ற
தார்	-	மாலை
காமர்	-	அழகு
ஏமம்	-	தங்கம்
பூண்	-	அணிகலன்
இமையார்	-	(கண்களை) இமைக்காதவர்கள்
திருந்து அடி	-	திருத்தமான பாதங்கள்

61

யானைமேல் பாண்டியன்

அந்தக் காலத்தில், சிறிய நாடுகளின் அரச பதவி என்பது சும்மா 'ஒப்புக்கு'த்தான். மரியாதையும் கௌரவமும் உண்டு. என்றாலும், அதை வைத்துக்கொண்டு பெரிதாக எதுவும் சாதித்துவிடமுடியாது.

ஏனெனில், சிறிய நாடு என்பதால், அவ்வளவாக வருமானம் போதாது. நாமாக ஒரு வலுவான ராணுவத்தை அமைத்து நடத்துவது சாத்தியமில்லை. ஆகவே, அக்கம்பக்கத்திலிருக்கிற மற்ற நாடுகளின்மீது போரிட்டு நம் எல்லைகளை விரிவுபடுத்திக்கொள்ளமுடியாது.

மற்ற நாடுகளின்மீது நாம் போர் தொடுப்பது ஒருபக்கமிருக்க, நம்மீது வேறு எவனாவது போர் தொடுத்துவிட்டால் அதை எப்படிச் சமாளிப்பது? அதற்கும் அங்கே வழியில்லை. ஆகவே, எந்நேரமும் நித்ய கண்டம், பூர்ணாயுசுதான்.

இதைத் தவிர்ப்பதற்காக, சிற்றரசர்கள் ஒரு வழி கண்டுபிடித்தார்கள். யாரேனும் ஒரு பேரரசனைக் கண்டுபிடிக்கவேண்டியது. 'ஐயா, நீதான் பூலோக ராஜா, எங்களைக் காப்பாற்று', என்று சொல்லி அவன் காலில் விழுந்துவிடுவது.

'ம்ஹூம், நான் அப்படியெல்லாம் விழமாட்டேன்' என்று நீங்கள் பிடிவாதம் பிடித்தால் ஆபத்து. கொஞ்ச நாள்களில் அவனே உங்கள்மீது போரிட்டு ஜெயித்துவிடுவான். அதற்குமுன்னால் நாமாக முந்திக் கொள்வது சாமர்த்தியம்.

சிற்றரசர்கள் இப்படி ஒரு பெரிய அரசனிடம் சரணாகதி அடைவதால் ஆய பயன் என்னவெனில், அந்த விநாடியிலிருந்து அவர்களைக் காப்பாற்றுவது அந்தப் பேரரசனின் கடமையாகிவிடுகிறது. இவர்கள்தான் மொத்தமாக அவனுடைய கட்சியில் சேர்ந்துவிட்டார்களே!

அதன்பின், யாரேனும் நம்மை முறைத்தால், 'யோவ், எங்க தலைவர் யார் தெரியுமா?' என்று பதிலுக்கு மிரட்டினால் போதும், அவன் பயந்து ஓடிவிடுவான்.

ஆனால், இந்தப் பாதுகாப்பு, சௌகர்யமெல்லாம் சும்மாக் கிடைத்து விடாது. நம் பெருந்தலைவருக்கு மாதம்தோறும், அல்லது வருடம்

தோறும் வரி / கப்பம் ('வீரபாண்டிய கட்டபொம்மன்' பாஷையில் சொல்வதென்றால், 'கிஸ்தி') செலுத்தவேண்டும்.

இப்படி ஒவ்வொரு பேரரசனுக்குக்கீழும், ஏராளமான சிற்றரசர்கள் இருப்பார்கள். அவர்கள் கொண்டுவந்து கொட்டுகிற வரிப் பணத்தி லேயே இந்தப் பேரரசர்கள் தங்களின் நாட்டை மேலும் செழிப்பாக்கிக் கொள்வார்கள்.

ஆனால், மேற்சொன்ன அடிமைக் கூட்டத்தில், சில புத்திசாலி (அல்லது 'அசட்டு தைரிய') சிற்றரசர்களும் இருப்பார்கள், 'எப்படியும் வரி செலுத்தப்போறோம். ஒரு பத்து நாள் கழிச்சுக் கட்டினா மவராசனுக்குத் தெரியவாபோகுது?', என்று குறுக்கே யோசிப்பார்கள், இன்னும் சிலர், 'ஒருதடவை கப்பம் கட்டலைன்னாதான் என்ன?', என்றுகூடத் திட்ட மிடுவார்கள். வரி கட்டுவதைத் தள்ளிப்போடுவார்கள்.

இந்த விஷயம் பேரரசருக்குத் தெரியாதவரையில் பிரச்சனை இல்லை. ஒருவேளை அவருக்குத் தெரிந்துவிட்டால், வரி செலுத்தாத அரசர் களுக்கெல்லாம் கெட்ட காலம் தொடங்கிவிட்டது என்று அர்த்தம்.

பேரரசர் என்ன செய்வார்?

பண விஷயமாச்சே, அவசரம் கூடாது. அவர் முதலில் ஒரு தூதனை அனுப்பிப் பேசுவார், வரியை வசூலிக்கப் பார்ப்பார்.

அதற்கும் மசியாத சிற்றரசர்களுக்கு, ஓர் எச்சரிக்கை பறக்கும்.

'எச்சரிக்கை' என்று சொல்வதைவிட, அதைப் 'போர் அறிவிப்பு' என்றே சொல்லலாம்.

'இதோ, என் போர் யானையின்மீது போர்க் குடையைத் தூக்கி வைத்து விட்டேன், ஏறி உட்கார்ந்தால், நேராக உங்கள் ஊருக்குத்தான் வருவேன், ஒரே நசுக்கில் உங்களைத் தரையோடு தேய்த்துவிடுவேன்' என்று அவர்களை மிரட்டுவது. (இந்த மிரட்டல் உத்திக்கு 'குடை நாட்கோள் குறிப்பது' என்று பெயர்.)

இதைக் கேள்விப்பட்டதும், இந்தக் குட்டி அரசர்களின் தாற்காலிக தைரியமெல்லாம் கரைந்துபோய்விடும். அலறியடித்துக்கொண்டு மஹாராஜாவைப் பார்க்க ஓடுவார்கள்,

'ஐயா, எங்கள்மீது கோபப்படாதீர்கள். நாங்கள் உங்கள் கோபத்தைத் தாங்கமாட்டோம்', என்று கதறி அழுவார்கள். வரிப்பணத்தைப் பைசா மீதமில்லாமல் செலுத்திவிடுவார்கள், மன்னருக்கு இன்னும் பல பரிசுகளைக் கொடுத்து மகிழ்ச்சிப்படுத்துவார்கள்.

இங்கே, நம் பாண்டியனுக்குமுன்னால், அப்படியொரு காட்சிதான் அரங்கேறுகிறது.

இத்தனைக்கும், குவளை மலர்களைத் தொடுத்து மாலையாக அணிந்த பாண்டியனுக்குத் தனது சிற்றரசர்கள்மேல் எந்தக் கோபமோ, வருத்தமோ இல்லை. ஊரைச் சுற்றி உலாப் போகலாம் என்று ஆசைப்பட்டு யானை யின்மீது ஏறி உட்கார்கிறான். முழு நிலவுபோல் காட்சிதரும் அவனுடைய வெண்கொற்றக் குடையும் யானையின்மீது ஏறிக்கொள்கிறது. இதைக் கேள்விப்பட்டதும், பாண்டியனின் ஆட்சிக்கு உட்பட்ட சிற்றரசர் களெல்லாம் பயந்து நடுங்குகிறார்கள்.

தங்கள்மீது போர் தொடுப்பதற்காகதான் பாண்டியன் யானையேறியிருக் கிறான் என்று அவர்களாகக் கற்பனை செய்துகொண்டு அதிவேகமாக ஓடி வந்து பாண்டியனின் அரண்மனைமுன்னால் கூட்டமாக மொய்த்துநிற் கிறார்கள். அவர்கள் ஒவ்வொருவரின் முகத்திலும் தீவிரமான திகில் பரவி யிருக்கிறது. ‘அரசே, திடீரென்று எங்கள்மேல் ஏன் இந்தக் கோபம்? தயவு செய்து எங்கள் நாட்டின்மீது போர் தொடுக்கவேண்டாம். இதோ, உங்களுக்கு உரிய வரிப்பணத்தைக் கொண்டுவந்திருக்கிறோம், வாங்கிக் கொள்ளுங்கள்’, என்று பாண்டியனுக்குமுன்னால் பணத்தைக் கொட்டி நிறைக்கிறார்கள்.

> நிறைமதிபோல் யானைமேல் நீலத்தார் மாறன்
> குடைதோன்ற ஞாலத்து திறைகொள்
> இறையோஎன அரசர்வந்து இடம்பெறுதல் இன்றி
> முறையோஎன நின்றார் மொய்த்து.

மதி	-	நிலவு
தார்	-	மாலை
ஞாலம்	-	உலகம்
திறை	-	வரி / கப்பம்
இறை	-	இறைவன்

62

நிற்காதே, ஓடு

சென்ற பாடலில், பாண்டியனிடம் அடிபணிந்த அரசர்களைப் பற்றிப் பார்த்தோம். இந்தப் பாடலில், அதற்கு நேரெதிராக, அவனுடைய கோபத்தைச் சம்பாதித்துக்கொண்ட பகை மன்னர்களைப் பார்க்கிறோம்.

பாண்டியனின் கையிலிருக்கும் வேல் பளபளப்பாக ஒளி வீசுகிறது. ஆனால், போர் தொடங்கிவிட்டால், அதே வேல் மிகக் கொடுமையான தோற்றம் கொள்ளும். கணக்கில்லாத எதிரிகளைக் குத்திக் கொல்லும்.

அந்த வேலைக் கையில் ஏந்திய பாண்டியன், இப்போது பெரும் கோபத்தில் இருக்கிறான்.

போர் தொடங்கிவிட்ட செய்தியை அறிவிப்பதற்காக, அவனுடைய போர் முரசு ஒலிக்கிறது. அந்தச் சத்தத்தைக் கேட்டதும், பாண்டியனின் பகை மன்னர்கள் இடி ஓசையைக் கேட்ட நாகப் பாம்பைப்போல் பயந்து நடுங்குகிறார்கள். 'பாண்டியன் வரும்வரை நாம் இங்கேயே இருந்தால் நம் உயிருக்கு உத்திரவாதம் இல்லை' என்று நினைத்துக்கொள்கிறார்கள்.

இப்போது, அவர்கள் உயிர் பிழைக்க ஒரே ஒரு வழிதான் இருக்கிறது. பாண்டியனின் கண்ணில் படாமல் ஊருக்கு ஒதுக்குப்புறமாக, காட்டுப் பசுக்கள் மேயும் மலைப் பிரதேசத்துக்கு ஓடிப்போய்விடுவது.

'இத்தனை காலமாக அரண்மனையில் சொகுசு வாழ்க்கையை அனுபவித்துவிட்டு, இப்போது காட்டில் ஒளிந்து வாழ்வதா?' என்றெல்லாம் யோசிக்கக்கூட அவர்களுக்கு நேரம் இல்லை. பாண்டியனின் போர் முரசுச் சத்தம் நெருங்கிவருகிறது.

ஆகவே, அந்தப் பகை மன்னர்கள் அவசரமாகக் காட்டை நோக்கி ஓடுகிறார்கள். பாண்டியனை நினைத்த ஆங்காரத்தில் அவர்களுடைய வயிறு எரிகிறது. ஆனால், அதையும் மீறி, உயிர் பயம் அவர்களைத் துரத்துகிறது. அவர்கள் அதிவேகமாக ஓடிக்கொண்டிருக்கிறார்கள்.

> செருவெங் கதிர்வேல் சினவெம்போர் மாறன்
> உருமின் இடிமுரசு ஆர்ப்ப அரவுஉறழ்ந்து
> ஆமா உகளும் அணிவரையின் அப்புறத்து
> வேமால் வயிறுஎரிய வேந்து.

செரு	-	போர்
வெம்	-	கொடுமையான
உருமு	-	இடி
ஆர்ப்ப	-	சப்தமிட
அரவு	-	பாம்பு
உறழ்ந்து	-	போல (பாம்பைப்போல)
ஆமா	-	காட்டுப் பசு
உகளும்	-	துள்ளித் திரியும்
வரை	-	மலை
வேம்	-	சூடாகும்

63

தங்கக் கால்கள்

இந்தக் காலத்தில், போர் வீரர்கள் தங்களின் காலணிகளையும் இடுப்புப் பட்டைகளில் பொருத்திய உலோகப் பகுதிகளையும் நன்றாக மெருகேற்றி பளபளப்பாகவும் கம்பீரமாகவும் தெரிகிறார்கள்.

ஆனால், இது ஒன்றும் புதிய விஷயம் இல்லையாம். அந்தக் காலத்தில் பாண்டியனின் ராணுவத்தில் இருந்த குதிரைகள்கூட இப்படிப் பளபளப்பாகத் திரிந்துகொண்டிருந்தன என்று இந்தப் புலவர் சொல்கிறார். அதுவும் சாதாரணப் பளபளப்பு இல்லை, தங்க முலாம் பூசிய இருபத்திரண்டு காரட் ஜொலிஜொலிப்பு!

அதென்ன புதுக்கதை? போர் செய்யும் குதிரைக்கு ஏது தங்க ஜொலி ஜொலிப்பு? செய்கூலி, சேதாரத்துக்கெல்லாம் தாராளமாகச் செலவழித்து அந்தக் குதிரைகளுக்குத் தங்க நகை செய்து கொடுத்தது யார்?

இதையெல்லாம் தெரிந்துகொள்ளவேண்டுமானால், நாம் இந்தப் புலவரோடு பாண்டியனின் போர்க் களத்துக்குச் செல்லவேண்டும்.

பாண்டியனுக்கும் அவனுடைய பகை மன்னர்களுக்கும் இடையே கடுமையான போர். ஒழுங்கான வரிசையில் நிற்கும் பாண்டியனின் குதிரைப் படை ஆக்ரோஷமாக முன்னே பாய்ந்து செல்கிறது. எதிரே யானையின்மீது அமர்ந்திருக்கும் எதிரி மன்னர்களைத் தாக்குகிறது.

அப்போதுதான், நம் புலவர் அந்த ஆச்சரியமான காட்சியைச் சுட்டிக்காண்பிக்கிறார். 'அதோ, பாண்டியன் படையில் இருக்கும் குதிரைகளின் கால்களைப் பாருங்கள், தங்கம்போல் ஜொலிஜொலிக்கிறது. இல்லையா?'

அட, ஆமாம், குதிரையின் குளம்பில் யாரோ தங்கத்தை அரைத்துப் பூசியதுபோல பளபளக்கிறது. எப்படி?

'பாண்டியனின் வீரப் படை செய்த மாயம் அது. இந்தக் குதிரைப் படை, எதிரில் நின்ற யானைப் படையின்மீது மோதியது, அந்தத் தாக்குதலால், யானையின் கழுத்தில் கட்டியிருந்த 'புரைசை' (அல்லது 'புரோசை') என்ற கயிறு அறுந்து விழுந்துவிட்டது, யானையின்மீது உட்கார்ந்திருந்த பகை அரசர்களும் தடுமாறிக் கீழே விழுந்தார்கள்.' என்கிறார் புலவர்.

'அடடா, அப்புறம்?'

'அப்புறமென்ன? பாண்டியனின் குதிரைகள் கீழே வீழ்ந்த அந்தப் பகை மன்னர்களின் தலையிலிருந்த கிரீடங்களை உதைத்து விளையாடத் தொடங்கிவிட்டன. இப்படி நாள்முழுவதும் எதிரி மன்னர்களின் தங்கக் கிரீடங்களை உதைத்துக் கொண்டிருப்பதால்தான், அந்தக் குதிரைகளின் குளம்பில் தங்கம் படிந்து ஜொலிஜொலிக்கிறது!' என்று சொல்கிறார் புலவர்.

நிரைகதிர்வேல் மாறனை நேர்நின்றார் யானைப்
புரைசை அறநிமிர்ந்து பொங்கா அரசர்தம்
முன்முன்னா வீழ்ந்த முடிகள் உதைத்தமாப்
பொன்உரைகல் போன்ற குளம்பு.

நிரை	-	*வரிசை*
புரைசை	-	*புரோசை - யானையின் கழுத்தில் கட்டப்படும் கயிறு*
அற	-	*அறுந்து விழ*
பொங்கா	-	*பொங்கி*
முடி	-	*கிரீடம்*
மா	-	*குதிரை*

64

கவிதை எழுதும் யானைகள்

பாண்டியனின் போர்க்களத்தில் நாம் காணும் அதிசயக் காட்சிகளுக்குக் கணக்கே இல்லை.

சற்றுமுன், தங்க முலாம் பூசிய குதிரைக் குளம்புகளைப் பார்த்தோம். இப்போது, கவிதை எழுதும் யானைகளைப் பார்க்கிறோம்!

யானைகள் கவிதை எழுதுமா? அதுவும், போர்க்களத்தில்? சந்தேகத்துடன் பார்க்கிறோம்.

நாம் கேள்விப்பட்டது உண்மைதான். பாண்டியன் படையைச் சேர்ந்த யானைகள் உற்சாகமாக ஏதோ எழுதிக்கொண்டிருக்கின்றன. பேனாவால் அல்ல, தங்களுடைய தந்தங்களால். காகிதத்தில் அல்ல, எதிரிகளின் மார்புகளில்!

அந்த யானைகள், தங்களின் தந்தங்களையே எழுத்தாணியாகக் கொண்டு, வீரம் மிகுந்த எதிரி நாட்டு மன்னர்களின் அச்சமூட்டும்

மார்பை ஓலையாகக் கொண்டு 'செல்வம் நிறைந்த இந்த உலகம்முழுவதும் எங்கள் மன்னன் பாண்டியனுக்குதான் சொந்தம்' என்று எழுதுகின்றன.

மருப்புஊசி யாக மறங்கனல்வேல் மன்னர்
உருத்தகு மார்பு ஓலையாகத் திருத்தக்க
வையகம் எல்லாம் எமதுஎன்று எழுதுமே
மொய்யிலைவேல் மாறன் களிறு.

மருப்பு	-	கொம்பு / தந்தம்
மறம்	-	வீரம்
உரு	-	பயம்
உருத்தகு	-	பயம்கொள்ளத்தகுந்த
திரு	-	செல்வம்
திருத்தக்க	-	செல்வம் நிறைந்த
மொய்யிலை	-	நெருங்கிய / செறிந்த இலை

65

தந்தத்துக்கு ஒரு வேலை

ஒருவரை வேலைக்குச் சேர்க்கும்போதே, அவர்கள் செய்யவேண்டிய கடமைகள் என்னென்ன என்று தெளிவாகப் பட்டியல் தந்துவிடுவது நல்லது. அப்போதுதான் அவர்களுக்குத் தங்களின் வேலை எப்படிப் பட்டது, எத்தனை நேரம் எடுக்கக்கூடியது என்றெல்லாம் புரியும். அவர்கள் அதைச் சரியாகச் செய்கிறார்களா, இல்லையா என்று நாமும் சரிபார்க்கமுடியும்.

உதாரணமாக, அலுவலகத்தில் ஒரு புதிய நபரைச் சேர்க்கிறோம். அவரை அழைத்து, 'இந்தாப்பா, இவர் சொல்கிற கடிதங்களை யெல்லாம் ஒழுங்காத் தட்டச்சு செஞ்சு கொடுக்கவேண்டியது உன் னோட வேலை. அதுக்கப்புறம் அந்தக் கடிதங்கள்ல அவரோட கையெழுத்தை வாங்கணும். நம்ம நிறுவனத்தோட முத்திரையை வைக் கணும். அதை உறையில் போட்டு ஒட்டித் தபாலில் சேர்த்துடணும்' என்று சொல்கிறோம். இல்லையா?

இதேபோல, பாண்டியனின் யானைப் படையில் புதிதாகச் சேர்கிற யானைகளுக்கெல்லாம் வழிகாட்டியாக இந்த முத்தொள்ளாயிரப் பாடல் அமைந்திருக்கிறது.

எதிரிகளுக்கு அச்சம் தரக்கூடிய பாண்டியன், மார்பில் மாலை அணிந்த பாண்டியன், அவனுடைய உயர்ந்த, அழகான யானைகளும், அவற்றின் தந்தங்களும் செய்யவேண்டிய வேலை / கடமை என்ன தெரியுமா?

அதிகமில்லை, இரண்டே இரண்டு வேலைகள்தான். ஒவ்வொரு தந்தத்துக்கும் ஒவ்வொரு வேலை!

முதல் தந்தம், எதிரிகளின் மார்பைக் குத்திக் கிழிக்கவேண்டும்.

இரண்டாவது தந்தம், வேற்று நாட்டு மதில் சுவர்களை / கதவுகளை மோதி உடைக்க வேண்டும்.

அவ்வளவுதான். நாள்முழுவதும் பாண்டியனின் யானைகள் இந்த வேலையைத் தொடர்ந்து செய்துகொண்டிருக்க, வீரம் மிகுந்த பாண்டியனின் படையினர் ஒவ்வொரு நாடாக, ஒவ்வொரு கோட்டையாகக் கைப்பற்றிக்கொண்டேயிருப்பார்கள்!

> உருவத்தார்த் தென்னவன் ஓங்குஎழில் வேழத்து
> இருகோடும் செய்தொழில் எண்ணில், ஒருகோடுஆங்கு
> வேற்றார் அகலம் உழுமே, மற்றுஏனையது
> மாற்றார் மதில்திறக்கு மால்.

உரு	-	பயம்
தார்	-	மாலை
வேழம்	-	யானை
கோடு	-	தந்தம் / கொம்பு
எண்ணில்	-	எண்ணிப்பார்த்தால்
ஆங்கு	-	அங்கே
அகலம்	-	மார்பு
உழும்	-	குத்திக் கிழிக்கும்

66

கம்பீரத்தைக் கடன்கொடுங்கள்

பாண்டியனின் படையில் உள்ள யானைகளின் அழகும் கம்பீரமும் இந்தப் பாடலில் படிப்படியாக விவரிக்கப்படுகிறது.

முதலாவதாக, பாண்டியனின் யானைகள் மாபெரும் மலையைப் போன்ற உயர்ந்த தோற்றம் உடையவை. அதாவது, மிகப் பெரியவை.

அடுத்து, அவை எழுப்பும் ஓசை, கடல் அலைகளின் முழக்கத்தைப் போன்றது. எல்லா திசைகளிலும் உரக்க ஒலித்து, பயம் உண்டாக்கக் கூடிய பிளிறல் அது.

மழை நீரைப்போல, அந்த யானைகளின் கன்னங்களில் மத நீர் வழிந்து ஓடுகிறது.

பாய்ந்து பரவுகின்ற காற்றை யாராலும் தடுக்கமுடியாது. அதுபோல, பாண்டியனின் படை யானைகள் கம்பீரமாக நடந்து செல்லும்போது யாரும் அவற்றின் எதிரே நிற்கமுடியாது.

மொத்தத்தில், பாண்டியனின் யானைகளைப் பார்த்ததுமே, எதிரிப் படையினர் உயிர் பயம் கொண்டு நடுங்கிப்போய் நிற்பார்கள். மரண தேவனாகிய எமனையே நேரில் பார்த்தால்கூட அவர்கள் இந்த அளவு பயப்படுவார்களா என்று சொல்வதற்கில்லை.

ஆகவே, இந்த யானைகளுக்குமுன்னால் தனது செல்வாக்கு குறைகிறது என்பதை அந்த எமதர்மராஜன் புரிந்துகொள்கிறான். எங்கள் தலைவன், ஒளி வீசும் வேலைக் கையில் ஏந்திய பாண்டியனின் சிறந்த யானை களிடம் அவன் கெஞ்சுகிறான். 'யானைகளே, எல்லோரும் என்னைப் பார்த்து பயப்பட்டால்தான் என் தொழிலுக்கு நல்லது. ஆகவே, தயவு செய்து கொஞ்சம் கம்பீரத்தைக் கடன் கொடுங்களேன்!' என்று எங்கள் தலைவபாண்டியனின் யானைகளிடம் கெஞ்சுவான்.

> தோற்றம் மலைகடல், ஓசை புயல்கடாம்
> காற்றின் நிமிர்ந்த செலவுஇற்றாய்க் கூற்றும்
> குறியெதிர்ப்பைக் கொள்ளும் தகைமைத்தே எம்கோன்
> எறிகதிர்வேல் மாறன் களிறு.

புயல்	-	மேகம்
கடாம்	-	யானையின் மத நீர்
செலவு	-	செல்லுதல்
கூற்று	-	எமன்
குறியெதிர்ப்பை	-	கடன் வாங்குதல்
தகைமை	-	தகுதி
கோன்	-	அரசன்
களிறு	-	ஆண் யானை

67

தந்தம் இல்லாத யானை

சில ஆண்களுக்கு அவர்களின் அழகான முறுக்கு / நறுக்கு மீசை ஒரு தனி கம்பீரத்தைக் கொடுக்கிறது. இந்த மீசையை ஆண்மையின் அடையாளமாகவே சொல்கிறவர்களும் உண்டு.

இப்படிக் கம்பீரமான தனது 'மீசை'யால், ஒரு பெண்ணின் மனத்தைக் கவர்ந்து, அவளுடைய காதலைப் பரிசாகப் பெற்றான் ஒருவன். பின்னர் ஒரு நாள், சவரம் செய்யும்போது சிறு கவனக்குறைவு. திடுதிப்பென்று அவனுடைய மீசை தொலைந்துபோய்விட்டது!

இப்போது அவனுடைய நிலைமையை யோசித்துப் பாருங்கள். அவனுடைய மீசை அழகுக்காகவே அவனை நேசிக்கத் தொடங்கிய அந்தப் பெண்ணின் முகத்தில் இனி எப்படி விழிப்பான் அவன்? அவள் முன் சென்று நிற்பதற்குக்கூடக் கூச்சப்பட்டுக்கொண்டு, அந்த மீசை பழையபடி வளரும்வரை எங்கேயாவது, அவளுடைய கண்ணில் படாத தூரத்தில் சென்று தொலைந்துவிடமாட்டோமா என்றுதான் நினைப்பான் அந்தக் காதலன்.

இவ்வாறாக, ஆண்களுக்குக் கம்பீர அடையாளமாக விளங்குகிற இந்த மீசையைப்போல், ஆண் யானைகளுக்குத் தந்தங்கள்தான் அழகு, கம்பீரம்.

ஆனால், பாண்டியனின் படையைச் சேர்ந்த யானைகளுக்கு, அந்த கம்பீரமும் நிரந்தரமில்லாத நிலைமை.

எதிரிகளின் வலுவான கோட்டைச் சுவர்களின்மீது முட்டி, மோதி அவற்றை உடைத்துத் தகர்க்கும் பாண்டியனின் யானைகள். ஆனால், இந்தக் களேபரத்தில் அந்த யானைகளின் தந்தங்கள் உடைந்து அல்லது முறிந்து அல்லது சிதைந்து அல்லது காணாமலே போய்விடுகின்றன.

தந்தம் முறிந்துபோனபிறகு அந்த யானைகள் என்ன செய்யும்?

இந்தக் கேள்விக்கு விடை கண்டறிய, பாண்டியன் படையிலிருக்கிற எல்லா யானைகளையும் நம்மால் கவனிக்கமுடியாது. ஆகவே, இந்த ஒரு யானையைமட்டும் பின்தொடர்ந்து பார்த்துத் தெரிந்துகொள்வோம்.

சண்டை முடிந்து, பாண்டியன் ஜெயித்துவிட்டபிறகும், போர்க்களத்திலிருந்து வெளியேற மனமில்லாமல் நிற்கிறது இந்த யானை. ஏன்?

நாம் அக்கறையோடு விசாரிக்க, ‘அடப் போப்பா’, என்று சலித்துக் கொள்ளும் அந்த யானை, ‘தந்தங்கள் ரெண்டும் முறிந்துபோயாச்சு. இந்தக் கோலத்தில் நான் எப்படி என் காதலியைப் பார்க்கப் போவேன்?’

நியாயமான கவலைதான். ‘வீரமாகப் போரிட்டு, ஜெயித்த கதை யெல்லாம் சரிதான், ஆனால், கடைசியில் இப்படி தந்தத்தைத் தொலைத்துவிட்டு வந்து நிற்கிறாயே’ என்று தன்னுடைய ஜோடிப் பெண் யானை கேலியாகப் பேசிச் சிரித்துவிடுமோ என்று வெட்கப் பட்டுக்கொண்டு, இந்த ஆண் யானை இங்கேயே நிற்கிறது.

ஒருவேளை, தன்னைத் தேடிக்கொண்டு அந்தப் பெண் யானை இங்கேயே வந்துவிட்டால்?

வெட்கத்தில் கூனிக்குறுகிப்போன அந்த யானை, இறந்துபோன அரசர் களின் குடல்களை வாரித் தன்னுடைய உடைந்த தந்தங்களை மறைத்துக்கொள்கிறது.

அடுமதில் பாய அழிந்தன கோட்டைப்
பிடிமுன் பழகஅதுஅழில் நாணி முடியுடை
மன்னர் குடரால் மறைக்குமே செங்கனல்வேல்
தென்னவர் கோமான் களிறு.

அடுமதில்	-	கொல்லக்கூடிய கருவிகள் நிறைந்த மதில்
கோடு	-	தந்தம்
பிடி	-	பெண் யானை
அழில்	-	அழிவு
குடர்	-	குடல்
களிறு	-	ஆண் யானை

68

பயந்த நரிகள்

பாண்டியனின் போர்க்களம். எங்கு பார்த்தாலும் அவனோடு போரிட்டு, தோல்வியடைந்து, இறந்துபோன பகை மன்னர்களின் உடல்கள் வீழ்ந்துகிடக்கின்றன.

உயிர் போய்விட்ட நிலையிலும்கூட, அந்தப் பகை மன்னர்களின் முகங்களில் ஆத்திரமும் கோபமும் பாண்டியனின் மீதான பொறாமையும் நிறைந்திருக்கிறது.

பாண்டியனின் வாளால் வெட்டப்பட்டு, அல்லது ஒளி விடும் வேல்களால் குத்தப்பட்டுக் கிடக்கும் அந்தப் பிணங்களைத் தின்பதற்காக நரிக் கூட்டங்கள் வருகின்றன.

ஆனால், பக்கத்தில் வந்த நரிக் கூட்டம், அந்தப் பிணங்களின் முகத்தில் பொங்கும் ஆத்திர உணர்ச்சிகளையும், கோபமாக வளைந்திருக்கும் புருவங்களையும் பார்த்து பயந்து விடுகிறது. 'ஒருவேளை, இந்தக் கிராதகப் பயல் உயிரோடுதான் இருக்கிறானோ? இவனைத் தின்பதற்காக நாம் பக்கத்தில் நெருங்கினால், சட்டென்று விழித்தெழுந்து நம்மைப் பிடித்துச் சாப்பிட்டுவிடுவானோ?' என்றெல்லாம் பயந்துகொண்டு, சத்தமாக ஊளையிட்டபடி வெகுதூரத்துக்கு ஓடிவிடுகின்றன அந்த நரிகள்.

வெருவரு வெஞ்சமத்து வேல்இலங்க வீழ்ந்தார்
புருவ முரிவுகண்டு அஞ்சி நரிவெரீஇச்
சேண்கணித்தாய் நின்றுஅழைக்கும் செம்மற்றே, தென்னவன்
வாள்கணித்தாய் வீழ்ந்தார் களம்.

வெரு	-	பயம்
வெஞ்சமம்	-	கொடுமையான போர்
இலங்க	-	ஒளி வீச
முரிவு	-	மடிப்பு / வளைவு
வெரீஇ	-	பயந்து
சேண்	-	தூரம்
செம்மற்றே	-	செம்மை உடையதே
வாள்கணித்தாய்	-	வாளுக்கு அருகே

69

கண்களை மூடிய பாண்டியன்

போர் முடிந்துவிட்டது. வெற்றி மாலை சூடிய பாண்டியன் போர்க்களத்தை வலம்வருகிறான்.

என்னதான் பாண்டியன் போரில் வெற்றிபெற்றுவிட்டாலும், அவனுடைய படையிலும் இழப்புகள் நிறைய. வீர மரணம் அடைந்த படை வீரர்களின் உடல்களைக் குவித்துத் தீமூட்டும் காட்சியைக் கண்டான் பாண்டியன். அந்தக் காலத்தில், ஓர் ஆண் இறந்துவிட்டால், அவனுடைய மனைவி அதன்பிறகு உயிர் வாழக்கூடாது என்கிற வழக்கம் இருந்தது. அந்தக் கணவனின் உடல் எரிக்கப்படும்போது, அதில் மனைவியையும் சேர்த்து உயிரோடு கொளுத்திவிடுவார்கள். இதற்கு 'உடன்கட்டை ஏறுதல்' அல்லது 'ஸதி' என்று பெயர்.

இந்தக் கொடிய வழக்கத்தின்படி, அன்றைய தினம் ஏராளமான படை வீரர்கள் எரியூட்டப்படும்போது, அவர்களின் விதவை மனைவிகளும் அவர்களோடு தீயில் மூழ்கடித்துக் கொல்லப்பட்டார்கள். இதையெல்லாம் பார்க்கச் சகிக்காமல், தன்னுடைய மேலாடையால் கண்களை மூடிக்கொள்கிறான் பாண்டியன்.

இந்தச் சோகம், மனிதர்களுக்குமட்டுமில்லை. போரில் தங்களின் துணை யானைகளை இழந்த பெண் யானைகள் கதறும் காட்சியைப் பார்த்து மற்ற யானைகளும் வருந்திக் கண்களை மூடிக்கொண்டன.

ஏனைய பெண்டிர் எரிமூழ்கக் கண்டுதன்
தானையால் கண்புதைத்தான் தார்வழுதி யானையெலாம்
புல்லார் பிடிபுலம்பத் தாம்கண் புதைத்தவே
பல்யானை அட்ட களத்து.

எரிமூழ்க	-	உடன்கட்டை ஏற
தானை	-	ஆடை
கண் புதைத்தான்	-	கண்ணை / முகத்தை மூடினான்
தார்	-	மாலை
புல்லார்	-	எதிரிகள்
பிடி	-	பெண் யானை
அட்ட	-	கொலைசெய்யப்பட்ட

70

பாண்டியன் கட்டளை

பாண்டியனின் அரச கட்டளைக்கு அடிபணியாதவர்கள், பெரிய அழிவுக்குத் தயாராகவேண்டும்.

நீங்கள் அவனுடைய ஆட்சியை மதித்து ஏற்காவிட்டால், முதல் வேலையாக அவன் உங்கள் நாட்டின்மீது படையெடுப்பான். அவனுடைய படையினர் உங்கள் நாட்டின் ஒரு புல், பூண்டைக்கூட மிச்சம்வைக்காமல் அழித்துவிடுவார்கள்.

அதன்பிறகு, வெற்றிக்கான வாகை மலர் சூடி நீங்கள் ஆட்சி செய்த அரண்மனைகளில், பேய்களும் கோட்டான்களும் புகுந்துகொள்ளும். எந்நேரமும் மகிழ்ச்சி குடிகொண்டிருந்த உயர்ந்த மாடங்களில் அமர்ந்துகொண்டு கோட்டான்கள் பாடல் பாடும். அந்தப் பாடலைக் கேட்டபடி கொடும் பேய்கள் நடனமாடி மகிழும்.

இத்தனை அவஸ்தை எதற்கு? பேசாமல் பாண்டியனின் கட்டளையை ஏற்றுக்கொண்டு விடுங்கள். அவன் நிழலில் என்றென்றும் சௌக்கியமாக வாழலாம்.

> வாகை வனமாலை சூடி அரசுஉறையும்
> ஓகை உயர்மாடத்து உள்ளிருந்து கூகை
> படுபேய்க்குப் பாட்டுஅயரும் பண்பிற்றே தென்னன்
> விடுமாற்றம் கொள்ளாதார் நாடு.

வாகை	-	வெற்றிக்கு உரிய மலர்
வனம்	-	அழகு
உறையும்	-	வாழும்
ஓகை	-	மகிழ்ச்சி
கூகை	-	கோட்டான்
படுபேய்	-	பல்வேறு பேய்கள்
அயரும்	-	விளையாடி மகிழும்
விடுமாற்றம்	-	சொல் / செய்தி / கட்டளை
கொள்ளாதார்	-	ஏற்காதவர்

71

பிழைக்கத் தெரியாதவர்கள்

பறைகளைச் சுமந்துவரும் பாண்டியனின் யானைகள் சாதாரணமானவை அல்ல. கொலைத்தொழில் பழகியவை. சிறப்பு மிகுந்த அந்த யானைப் படையின் தலைவனாகிய பாண்டியன், ஒரு பெரிய பேரரசைக் கட்டி ஆளுகிற சக்கரவர்த்தி. அவனுக்குக் கீழே

அடங்கியுள்ள சிற்றரசர்கள் எல்லோரும், அவனை வணங்கி அடிபணிந்து கப்பம் செலுத்துகிறார்கள்.

ஒருவேளை யாரேனும் அப்படிக் கப்பம் செலுத்த மறந்(றுத்)து விட்டால், அவர்கள் 'பிழைக்கத் தெரியாதவர்கள்' என்றுதான் அர்த்தம். உடனடியாக அவர்கள்மீது போர் தொடுத்துவிடுவான் பாண்டியன்.

ஒரு குறிப்பிட்ட நாட்டின்மீது போர் தொடுக்கும் அரசர்கள் அதற்கு முதல் அடையாளமாக அந்த நாட்டுக்குச் சென்று அங்குள்ள பசுக் கூட்டங்களை விரட்டிக்கொண்டு வந்துவிடுவார்கள்.

உடனே, பசுக்களைப் பறிகொடுத்த நாட்டைச் சேர்ந்தவர்கள் அவர் களைத் துரத்திக்கொண்டு செல்லவேண்டும், அவர்களோடு சண்டை யிட்டு பசுக்களை மீட்டுவரவேண்டும். இதுதான் பொதுவான மரபு.

ஆனால், இந்த விதிமுறைகளெல்லாம் சம பலம் உள்ள நாடு களிடையே போர் மூள்கிறபோதுதான் சரிப்படும். பாண்டி யனைப்போன்ற வலிமை மிகுந்த அரசன் வேறொரு சிறிய நாட்டின்மீது போர் தொடுக்கத் தீர்மானித்து, அங்கிருக்கும் பசுக் கூட்டங்களைக் கவர்ந்து சென்றுவிட்டால், அதைப் பார்ப்பவர்கள் எல்லோரும் பதறிப் போய்விடுவார்கள். அந்தப் பசுக்களோடு தங்களின் உயிரும் போய் விட்டதுபோல் நடுங்கிப்போவார்கள். 'அச்சச்சோ, பாண்டியனோடு போரிட்டு நாம் ஜெயிப்பதா? அது எப்படி முடியும்?' என்று அச்சப் பட்டுக்கொண்டு அந்த ஊரிலுள்ள பெண்கள், குழந்தைகளெல்லாம் ஊரைவிட்டு வெளியேறிவிடுவார்கள்.

பெண்கள் எல்லோரும் வெளியேறியபின், ஊருக்குள் ஆண்களுக்கு என்ன வேலை? ஒன்று, அவர்களும் பயந்து ஓடிவிடுவார்கள், அல்லது பாண்டியனுடன் போரிடச் சென்று, இறந்துபோவார்கள்.

இப்படியாக, அந்த நாட்டிலுள்ள எல்லோரும் சென்றபிறகு, அங்கே வெறும் பேய்கள்தான் தங்கியிருக்கும்.

> பறைநிறை கொல்யானைப் பஞ்சவர்க்குப் பாங்காய்த்
> திறைமுறையின் உய்யாதோர் தேயம் முறைமுறையின்
> ஆன்போய் அரிவையர்போல் ஆடவர்போய் ஆய்ஈன்ற
> ஈன்பேய் உறையும் இடம்.

நிறை	-	நிறைவு / அழிவின்மை / சிறப்பு
பஞ்சவர்	-	பாண்டிய மன்னர்கள்
திறை	-	வரி / கப்பம்
உய்யாதோர்	-	பிழைக்கமுடியாதவர்கள்

தேயம்	-	தேசம்
முறைமுறை	-	அரசர்களின் போர் மரபுப்படி
ஆ	-	பசு
அரிவை	-	பெண்
ஆய்	-	தாய்
உறையும்	-	தங்கும்

72

தோற்ற மயக்கம்

போர் முடிந்தபின், அந்தப் போர்க் களத்தை வலம் வருகிறான் பாண்டியன்.

வழியெங்கும் எதிரி நாட்டு மன்னர்களின் பிணங்கள் விழுந்துகிடக்கின்றன. அவர்களுடைய உயிர் நீங்கிவிட்டாலும் அந்தக் கண்களில் இன்னும் ஆத்திரம் குறையவில்லை. கோபத்தால் உதடுகளை அழுத்திக் கடித்திருக்கிறார்கள். அவர்களின் கைகளில் உள்ள கூர்மையான வேல்கள் வானத்தில் யாரையோ குறிபார்க்கின்றன.

அந்த மன்னர்களின் பட்டத்து யானைகள் சரிந்து கிடக்க, அவற்றை அணைத்தபடி விழுந்திருக்கும் அந்தப் பிணங்களைப் பார்க்கும்போது இவர்கள் நிஜமாகவே இறந்துவிட்டார்களா அல்லது இன்னும் உயிரோடுதான் இருக்கிறார்களா என்கிற தோற்ற மயக்கத்தில் திகைத்து நிற்கிறான் பாண்டியன்.

கொடித்தலைத்தார்த் தென்னவன் தேற்றான்போல் நின்றான்
மடித்தவாய் சுட்டிய கையால் பிடித்தவேல்
கண்நேரா ஓச்சிக் களிறுஅணையாக் கண்படுத்த
மண்நேரா மன்னரைக் கண்டு.

தார்	-	மாலை
தேற்றான்	-	தெளிவில்லாதவன்
கண்நேரா ஓச்சி	-	கண்ணுக்கு நேராக நீட்டியபடி
அணையா	-	அணைத்தபடி
கண்படுத்த	-	தூங்கிக் கிடந்த

73

சிவந்த கண்கள்

பாண்டியனின் கோபம் சாதாரணமானதில்லை. அவனுடைய கண்கள் கோபத்தில் சிவந்துவிட்டால், அந்தச் சிவப்புக்கு இணையாகப் போர்க் களத்தில் ரத்தம் சிந்தும்.

போரில் ஒவ்வொரு பகை மன்னரை வீழ்த்தும்போதும், அவனுடைய கண்களில் சிவப்பு குறைவதில்லை. மாறாக, மேலும் மேலும் அதிகரிக்கிறது.

அப்படியானால், பாண்டியனின் சிவந்த கண்கள் எப்போதுதான் பழைய நிலைக்குத் திரும்பும்?

அதற்கு ஒரு விசேஷ மருந்து இருக்கிறது. அதை இந்தப் பாடலில் சுவாரஸ்யமாக விவரிக்கிறார் முத்தொள்ளாயிரப் புலவர்.

போர் முடிந்தபிறகு, எதிரி மன்னர்கள் எல்லோரையும் முடித்தபிறகு, இன்னும் ஆத்திரம் குறையாத, சிவந்த கண்களுடன் பாசறையில் அமர்ந் திருக்கிறான் பாண்டியன். அவனால் கொல்லப்பட்ட எதிரி நாட்டு மன்னர்களின் வாரிசுகள் அவனைப் பார்த்து மன்னிப்புக் கேட்பதற்கு வருகிறார்கள்.

முதலில் வருவது, அந்த மன்னர்களின் விதவை மனைவிகள். கணவனை இழந்த அவர்கள், பேரரசன் பாண்டியனுக்கு முன்னால் நேரடியாக வந்து நிற்பதற்குத் தயங்குகிறார்கள். ஆகவே, அவர்கள் தங்களின் மகன்களை முன்னால் அனுப்பி, அவர்களுக்குப் பின்னால் ஒளிந்து நிற்கிறார்கள்.

அந்த மகன்கள் எல்லோரும், சிறு குழந்தைகள்தான். அவர்களுக்குப் போர்த் தொழிலும் தெரியாது. ஆட்சி செய்வது எப்படி என்றும் தெரியாது. ஆனாலும், இறந்துபோன மன்னர்களுக்கு அவர்கள்தானே வாரிசுகள்!

ஆகவே, இந்த விதவைப் பெண்கள் அந்தக் குழந்தைகளை முன்னால் நிறுத்திக்கொண்டு, 'மஹாராஜா, இந்தப் பச்சிளம் பிள்ளையின் முகத்தைப் பாருங்கள். எங்கள்மீது இரக்கம் காட்டுங்கள். எங்களுடைய நாட்டின்மேல் உள்ள கோபத்தை விட்டுவிடுங்கள்' என்று கெஞ்சு கிறார்கள். 'கழல்' என்கிற ஆபரணத்தை அணிந்த பாண்டியனின் கால் களில் விழுந்து கதறுகிறார்கள்.

அவர்களின் பரிதாபத்துக்குரிய தோற்றத்தையும் சோகத்தையும் கெஞ்சு தலையும் பார்க்கப் பார்க்க, பாண்டியனின் சிவந்த கண்கள் ஆத்திரம் தணிந்து பழையபடி மாறுகின்றன.

தொழில்தேற்றா பாலகனை முன்நிறீஇப் பின்நின்று
அழல்இலைவேல் காய்த்தினர் பெண்டிர் கழல்அடைந்து
மண்இரத்தல் என்ப வயங்குதார் மாமாறன்
கண்ணிரத்தம் தீர்க்கும் மருந்து.

தேற்றா	-	தெளிவில்லாத / தெரியாத
முன்நிறீஇ	-	முன்னால் நிறுத்தி
அழல்	-	கோபம்
காய்த்தினர்	-	கோபம் மூட்டியவர்கள்
கழல்	-	காலில் அணியும் ஒரு வகை ஆபரணம்
இரத்தல்	-	கெஞ்சுதல்
வயங்கு	-	ஒளி மிகுந்த / விளங்கும்
தார்	-	மாலை
கண்ணிரத்தம்	-	சிவந்த கண்கள்

74

கனவில் வந்தவன்

நள்ளிரவு. படுக்கையில் மலங்க மலங்க விழித்துக்கொண்டு அமர்ந் திருக்கிறாள் ஓர் அழகி.

என்ன ஆயிற்று அவளுக்கு? அவளே சொல்கிறாள்:

‘மதம் பிடித்த யானைகளை அடக்கி ஆளும் அரசன் பாண்டியன் என் கனவில் வந்தான்.’

சரி, நல்ல விஷயம்தானே. அதற்கு ஏன் இந்தப் பெண் திகைத்துப்போய் உட்கார்ந்திருக்கிறாள்?

‘அதுமட்டுமில்லை. அவன் என்மேல் அன்போடு நடந்துகொண்டான். என்னிடம் காதல் மொழிகள் பேசி, அன்போடு அணைத்து முத்த மிட்டான்.’

‘ஆஹா, மிகுந்த மகிழ்ச்சி. உங்கள் காதல் நூறாண்டு காலம் வாழட்டும். ஆனால், பாண்டியன் உன் கனவில் வந்து, உன்னிடம் காதலோடு

பழகியதற்கும், நீ இப்போது பிரமை பிடித்ததுபோல் அமர்ந்திருப்பதற்கும் என்ன சம்பந்தம்?

இன்னும் திகைப்பு விலகாத கண்களோடு அந்தப் பெண் பதில் சொல்கிறாள். 'அவன் என்னைத் தழுவியதும், நானும் அவனைத் தழுவுவதாக நினைத்துக்கொண்டு, சிவந்த காந்தள் மலர்களைப் போன்ற என்னுடைய மெல்லிய விரல்களால் அவனைத் தொட்டேன். ஆனால் அடுத்த விநாடி, கனவு கலைந்துவிட்டது. என்னோடு இருந்த பாண்டியனைக் காணவில்லை. நான்மட்டும் இப்போது தனிமைத் துயரில் தவித்துக்கொண்டிருக்கிறேன்!'

களியானைத் தென்னன் கனவில் வந்துஎன்னை
அளியான் அளிப்பானே போன்றான் தெளியாதே
செங்காந்தள் மெல்விரலால் சேக்கை தடவந்தேன்
என்காண்பேன் என்அலால் யான்.

களி	-	மதம்
அளி	-	அன்பு / அருள்
சேக்கை	-	படுக்கை
தடவந்தேன்	-	தடவினேன்
என்அலால்	-	நான் அல்லாமல் / என்னைத்தவிர

75

குவளையின் தவம்

கார்காலத்தில் மலர்ந்த குவளை மலர், குளத்தின் நடுவே ஒற்றைக் காலில் தவம் இருக்கிறது. குளிர்ச்சியான காலத்தில், குளிர்ந்த நீரில் நின்றுகொண்டு எதற்காக இந்தத் தவம்? கொஞ்சம் பொறுங்கள், இந்தப் புதிருக்குப் பதில் விளங்கிவிடும்.

சிறிது நேரம் கழித்து, கூரான வேலைக் கையில் ஏந்திய பாண்டியன் அதிவேகமாகத் தாவிச் செல்லும் குதிரையின்மீது ஏறிப் பயணம் செய்கிறான். அவனுடைய பெருமைக்குரிய மார்பில் தவழுகிற குவளை மலர் மாலையை வண்டுகள் மொய்க்கின்றன.

இப்போது நமக்கு விஷயம் புரிகிறது. குளத்தின் மத்தியில் தவமிருந்த குவளை மலருக்கு, பாண்டியன் மார்பில் தவழும் வரம் கிடைத்திருக்கிறது!

கார்நறு நீலம் கடிக்கடத்து வைகலும்
நீர்நிலை நின்ற தவங்கொலோ கூர்நுனிவேல்
வண்டுஇருக்கும் நக்கதார் வாமான் வழுதியால்
கொண்டிருக்கப் பெற்ற குணம்.

கார்	-	மழை
நறு	-	மணம்
கடி	-	சிறப்பு
கயம்	-	அகழி / குளம்
வைகலும்	-	தினமும்
இருக்கும்	-	ஆரவாரம் செய்யும்
நக்க	-	மலர்ந்த
தார்	-	மாலை
வாமான்	-	தாவிச் செல்லும் குதிரை (வாவுதல்
-		தாவுதல் / தாண்டுதல்)

76

காதல் சிறை

அன்றுமுதல் இன்றுவரை, காதல்வயப்பட்ட பெண்களுக்கு 'இற்செறித் தல்' என்னும் கொடுமையான தண்டனை வழக்கமாக இருக்கிறது.

'இற்செறித்தல்' என்பதை இல்லத்தில் செறித்தல் எனப் பிரித்துச் சொல்லலாம். 'இல்லம்' என்றால் வீடு. 'செறித்தல்' என்றால் அடைத்து வைப்பது / மறைத்துவைப்பது / பூட்டிவைப்பது.

தங்கள் பெண்ணின் காதல் விஷயத்தை அறிந்ததும், வானத்துக்கும் பூமிக்குமாகக் குதிக்கிற பெற்றோர், அவளை வீட்டினுள் அடைத்துப் பூட்டிவிடுகிறார்கள். போதாக்குறைக்கு, ஏழெட்டுப் பெண்களைக் காவலுக்கு நிறுத்திவிடுகிறார்கள். இந்த நிலைமையில் அந்தப் பெண் என்னதான் செய்வாள்? பாவம்! அசோகவனத்துச் சீதையைப்போல் சோகமே உருவாக ஒரு மூலையில் முடங்கிக்கிடக்கிறாள் அவள்.

தன்னைச் சுற்றியிருக்கும் காவல் பெண்களைப் பார்க்கப்பார்க்க அவளுடைய தனிமையுணர்ச்சியும் வேதனையும் கோபமும்

அதிகமாகிறது. 'என்னை என் காதலனோடு சேரவிடாமல் தடுக்கும் கொடுமைக்காரிகள்', என்று அவர்களை முறைக்கிறாள் அவள். அடுத்த விநாடி, 'இவர்களில் யாரேனும் ஒருவர் என்மீது கருணை காட்டினால் போதுமே', என்று ஏங்குகிறாள். ஒவ்வொருத்தியாக உற்றுப்பார்த்து, 'பெண்ணே, நீ எனக்கு உதவுவாயா? இந்த வீட்டுக் காவல் சிறையிலிருந்து என்னை விடுவிப்பாயா? என்னை என் காதலனோடு சேர்த்துவைப்பாயா?' என்று கெஞ்சுகிறாள்.

ஆனால், அந்தக் காவல் பெண்களில் யாரும் அவளுக்கு உதவத் தயாராக இல்லை.

தோல்வியின் வேதனை, இயலாமை, ஆற்றாமை எல்லாம் சேர்ந்து அவளைத் தாக்க, ஆவேசமான குரலில் பேசுகிறாள்.

'என் காதலன் பாண்டியன், வைகை ஆற்றின் அலைகள் உரசுகிற பெரிய மாளிகையில் இருக்கிறான். என்றைக்காவது ஒருநாள், என்னை அடைத்துவைத்துக் காவல் காக்கும் உங்களின் தலைகளை மிதித்துக் கொண்டு நடந்துசென்று நான் என் காதலன் பாண்டியனோடு சேருவேன்.'

நம்பிக்கையோடு இப்படிச் சொன்ன மறுவிநாடி, தன்னுடைய தற்போதைய நிலைமையை நினைத்துக்கொள்கிறாள் அவள். மிகுந்த ஏக்கத்துடன் அவளுடைய சொற்கள் பிறக்கின்றன. 'பாண்டியனின் மனைவி என்ற பெருமையுடன் நான் வாழும் அந்த நாள் எப்போது வரும்? யாரேனும் எனக்குச் சொல்வார்களா?'

அறிவார்ஆர் யாம்ஒருநாள் பெண்டிரே மாகச்
செறிவார் தலைமேல் நடந்து மறிதிறை
மாடம்உரிஞ்சும் மதுரையார் கோமானைக்
கூட ஒருநாள் பெற.

ஆர்	-	யார்
பெண்டிரேமாக	-	பாண்டியனுக்கு உரிய பெண்ணாக /மனைவியாக
செறிவார்	-	வீட்டினுள் அடைத்துவைப்பவர்கள்
மறி	-	தடுத்தல் / வழிமறித்தல்
திறை	-	அலை
மாடம்	-	மண்டபம் / மாளிகை
உரிஞ்சுதல்	-	உராய்தல் / தேய்த்தல்
கோமான்	-	அரசன்

77

பாண்டியன் ஞாபகம்

பாண்டியனின்மீது காதல் கொண்ட ஒரு பெண், தன்னுடைய உள்ளத்தின் ஏக்கத்தை இந்தப் பாடலில் வெளிப்படுத்துகிறாள்.

‘என் கையில், அவனுடைய பாண்டிய நாட்டுக் கடலில் கிடைத்த சங்கு வளையல்களை அணிந்திருக்கிறேன்.

அவனுடைய நாட்டுக் கடலில் மூழ்கி எடுத்த செழிப்பான முத்துகளைக் கோர்த்து, மாலையாகக் கழுத்தில் அணிந்திருக்கிறேன்.

உடலெங்கும், அவனுக்குச் சொந்தமான, நீண்ட பொதிகை மலையில் கிடைத்த சந்தனத்தைப் பூசியிருக்கிறேன்.

இப்படி என்னைச் சுற்றியிருக்கும் எல்லாமே அவனை நினைவுபடுத்தும் பொருள்கள்தான். ஆனாலும், வேறு எதையோ எண்ணி வாடுகிறது என் மனம். என்னுடைய தோள்கள் மெலிகின்றன. ஏன்? இன்னும் என்ன வேண்டும் என்று ஏங்குகிறேன் நான்?’

பிரிந்திருக்கும் காதலர்கள் மிகவும் நுணுக்கமான நினைவுக்காரர்கள். தொட்டாற்சிணுங்கிபோல், (ஞாபகம்) பட்டாற்சிணுங்கிகள். ஒரு சிறு தென்றல் துணுக்குகூட, அவர்களுக்குத் தங்கள் காதலரின் ஞாபகத்தைத் தூண்டிவிடுகிறது.

நிலைமை அப்படியிருக்க, இந்தப் பெண், தன்னைச் சுற்றியுள்ள எல்லாவற்றையும் பாண்டியனின் நினைவாகவே பார்க்கிறாள். ஆகவே, அவனை நினைவுபடுத்தும் ஒவ்வொரு பொருளும், அவன் இங்கே இல்லாத ஏக்கத்தைத் தூண்டுகிறது. அவளுடைய தோள்கள் வருந்தி வாடுகின்றன.

> கையதுஅவன் கடலுள் சங்கமால் பூண்டதுவும்
> செய்யசங்கு ஈன்ற செழுமுத்தால் மெய்யதுவும்
> மன்பொரு வேல்மாறன் வார்பொதியின் சந்தனமால்
> என்பெறா வாடும்என் தோள்.

சங்கம்	-	சங்கு
பூண்டது	-	அணிந்தது

செய்ய	-	சிறந்த / அழகிய / சிவந்த
ஈன்ற	-	பெற்ற
செழுமுத்து	-	செழிப்பான முத்து
மெய்	-	உடல்
மன்	-	மன்னர்
பொரு	-	சண்டையிடும்
வார்	-	நீளம்
பொதி	-	பொதிகை

78

வண்டுக்கும் அருள்கிறவன்

பாண்டியனை நேரில் பார்க்கும்போது, அவனுடைய காதலியாகிய பெண்ணின் நிலைமை இருதலைக்கொள்ளி எறும்பாகிவிடுகிறது.

அவனை நன்றாக நிமிர்ந்து பார்க்கலாம் என்றால், பெண்மைக்குரிய நாணம் தடுக்கிறது. சரி, பார்க்காமல் இருந்துவிடலாம் என்றால் அந்த ஏக்கத்தில் கை வளையல்களெல்லாம் கழன்றுவிடுகின்றன.

இந்த மனப் போராட்டத்தைச் சொல்லிப் புலம்புகிறாள் அந்தப் பெண். 'என் காதலன் பாண்டியன், கழுத்தில் பூ மாலை அணிந்திருக்கிறான். அந்த மாலையில் உள்ள மலர்களின் தேனை உண்டு, வண்டுகள் பசி தீர்கின்றன. இப்படி வண்டுகளின் பசித் துயரத்தையெல்லாம் போக்கும் பாண்டியன், காதல் ஏக்கத்தில் நான் படும் துன்பத்தைமட்டும் கண்டு கொள்ளாமல் இருக்கிறானே, ஏன்? நான் இந்த வேதனையிலிருந்து விடுபடுவதற்கான வழி என்ன?'

> நாணாக்கால் பெண்மை நலன்அழியும் முன்நின்று
> காணாக்கால் கைவளையும் சோருமால் காணேன்நான்
> வண்டுஎவ்வம் தீர்தார் வயமான் வழுதியைக்
> கண்டுஎவ்வம் தீர்வதோர் ஆறு.

நாணாக்கால்	-	வெட்கப்படாவிட்டால்
சோரும்	-	தளர்ந்துபோகும் / கழன்றுவிடும்
எவ்வம்	-	துன்பம்

தார்	-	மாலை
வயமான்	-	வலிமை மிகுந்த குதிரை
ஆறு	-	வழி

79

அவனின்றி அழகெதற்கு?

பொதுவாகவே, பெண்களுக்குத் தங்களுடைய அழகில் பெருமை அதிகம்.

ஆனால், காதல் வயப்பட்டுவிட்ட பெண்கள் தங்களுடைய காதலனைப் பிரிந்திருக்கும்போது, அவர்களுக்கு இதுபோன்ற அழகு அலங் கரிப்புகளில் ஆர்வம் குறைந்துவிடுகிறது. 'எத்தனை அழகு இருந்தால் என்ன? அவன் என் பக்கத்தில் இல்லையே' என்று புலம்பித் தவிக் கிறார்கள். இந்தப் பாடல் அந்த வகையானதுதான்.

'உயரமான பனை மரத்தில், புதிதாகத் தோன்றிய இளம் குரும்பைகளைப் போல என் மார்புகள் அழகாகத் திகழ்கின்றன' என்று வர்ணிக்கிறாள் இந்தப் பாடலின் நாயகி. 'ஆனால், கூர்மையான தந்தங்களை உடைய யானைப் படையின் தலைவன், என்னுடைய காதலன் பாண்டியன் என் அருகில் இல்லை. அவனைத் தழுவவேண்டும். அவனுடைய மார்பில் அழுத்தமாகப் பதியவேண்டும். அங்கிருக்கும் குளிர்ந்த சந்தனத்தில் என் மார்பகங்கள் தோயவேண்டும். அது நடக்காதபோது, இவை எத்தனை அழகாக இருந்துதான் என்ன பயன்?' என்று வருத்தப்படுகிறாள்.

வாரிய பெண்ணை வருகுரும்பை வாய்த்தனபோல்
ஏரிய ஆயினும் என்செய்யும் கூரிய
கோட்டானைத் தென்னன் குளிர்சாந்து அணிஅகலக்
கோட்டுமன் கொள்ளா முலை.

வார்	-	உயரம் / நீளம்
பெண்ணை	-	பனை
ஏர்	-	அழகு
கோடு	-	யானைத் தந்தம்
சாந்து	-	சந்தனம்
கோட்டு	-	எழுது

80

வைகைக்கரைக் குழப்பம்

பாண்டிய நாட்டுக்கு அழகும் கம்பீரமும் தருவது வைகை ஆறு. ஆகவே, அங்கு வாழும் பிரஜைகள் எல்லோரும், வைகை ஆற்றைப் பற்றிப் பேசுகையில் மிகுந்த பெருமிதத்தையும் கர்வத்தையும் வெளிப் படுத்துவார்கள்.

ஆனால், அந்தப் பாண்டிய நாட்டின் தலைவன், கொல்லுகின்ற யானைப் படைகளை உடைய பாண்டியனைக் காதலிக்கும் இந்தப் பெண்ணின் பேச்சு, வேறுவிதமாக இருக்கிறது. 'இந்த வைகை ஆற்றினால் எனக்குப் பெரிய பிரச்னை', என்று புலம்புகிறாள் இவள்!

ஏன்? என்ன ஆனது? அவளிடமே விசாரிக்கலாம், வாருங்கள்.

'குளிர்ந்த நீரை உடைய இந்த வைகை ஆற்றைப் பார்த்ததும், அதில் குதித்து, ஆனந்தமாக நீந்திக் குளித்து விளையாடத் தோன்றுகிறது' என்கிறாள் அவள்.

இயற்கை எழில் கொஞ்சும் இந்த நீரோட்டத்தைப் பார்க்கும்போது எல்லாருக்கும் இந்த எண்ணம் தோன்றுவதுதானே அம்மா? உன்னை யார் குளிக்கவேண்டாம் என்று தடுத்தது?

'நான் இந்த நீரில் நீந்திக் குளித்தால், பாண்டியன்மீது உள்ள ஆசையில் தான் இப்படிச் செய்கிறேன் என்று என் தோழிகள் கேலி செய்து பேசுவார்கள்.'

இதைக் கேட்டதும் நாம் திகைத்துபோகிறோம். ஆனால், அவளுடைய பயம் நியாயமானதுதான் என்பதும் புரிகிறது.

சரி, வைகை ஆற்றில் இன்னொரு தடவை உன் காதலனோடு சேர்ந்து குளித்துக்கொள்ளலாம். இப்போது நீ வீட்டுக்குத் திரும்பிச் சென்றுவிடு, அப்போதுதான் அந்தப் பெண்களின் கேலியிலிருந்து தப்பிக்கலாம்!

'அதுவும் நடக்காது. அப்போதும் இந்தப் பெண்கள் என்னை விட மாட்டார்கள். பாண்டியன்மீதுள்ள என் காதலை மற்றவர்களிடமிருந்து மறைப்பதற்காகதான் நான் வைகை ஆற்றில் நீராடாமல், வீட்டினுள் ளேயே மறைந்திருக்கிறேன் என்று புரளி பேசுவார்கள்.' என்கிறாள் அவள்.

இப்படிச் சொல்லிவிட்டு, உற்சாகமற்ற குரலில் அவள் தொடர்ந்து பேசுகிறாள். 'அதான் சொன்னேனே, இந்த வைகை ஆறு எனக்குப் பெரிய பிரச்னையாகிவிட்டது!'

ஏற்பக் குடைந்துஆடில் ஏசுவர் அல்லாக்கால்
மாற்றி இருந்தாள் எனஉரைப்பர் வேல்கண்ணாய்
கொல்யானை மாறன் குளிர்புனல் வையைநீர்
எல்லாம் எனக்கோ இடர்.

குடைந்து ஆடில்	-	தண்ணீரில் நீந்தி விளையாடினால்
ஏசுவர்	-	திட்டுவார்கள் / பழிப்பார்கள்
அல்லாக்கால்	-	இல்லாவிட்டால்
வையை	-	வைகை

81

கூடற்சுழி

ஒரு விஷயம் சரியா, தவறா என்று நிச்சயமாகத் தெரியாதபோது, ஒற்றை நாணயத்தைச் சுண்டிவிடுகிறோம். அதில் விழுவது பூவா, தலையா என்று பார்த்து ஒரு முடிவுக்கு வருகிறோம். இல்லையா?

கிட்டத்தட்ட இதேபோல், அந்தக் காலத்தில் வேறொரு நம்பிக்கை இருந்தது. அதன் பெயர், கூடற்சுழி.

கண்ணை மூடிக்கொண்டு மணலில் ஒரு வட்டம் வரையவேண்டும். அந்த வட்டம் தொடங்கிய இடத்திலேயே வந்து முடிந்தால், நாம் நினைத்த காரியம் சரியாக நிறைவேறும். ஒருவேளை, வட்டம் சரியாக உருவாகாமல் கோணல்மாணலாகிவிட்டால், அந்த விஷயம் நிறைவேறாது!

இதன்படி, காதல் வயப்பட்ட பெண்கள் மண்ணில் வட்டம் வரைந்து பார்ப்பார்கள். அந்த வட்டம் சரியாக உருவானால், தங்கள் காதலும் நல்லபடி நிறைவேறும் என்று அவர்களுக்குள் ஒரு நம்பிக்கை.

இந்தப் பாடலில் வரும் பெண், 'கூடல்' என்று அழைக்கப்படும் மதுரை நகரின் தலைவனாகிய பாண்டியனின் காதலி. 'அந்தப் பாண்டியனை நான் கணவனாக அடைவேனா?' என்னும் ஏக்கம் கலந்த கேள்வியுடன் கடற்கரையில் அமர்ந்திருக்கிறாள்.

அப்போதுதான், அவளுக்கு ஒரு நல்ல யோசனை தோன்றுகிறது. 'பாண்டியனுடனான என் காதல் நிறைவேறுமா, இல்லையா என்று தெரிந்துகொள்வதற்கு ஒரு கூடற்சுழி வட்டம் வரைந்துபார்க்கலாமே!'

இந்த எண்ணத்துடன் சட்டென்று மண்ணில் தனது விரலை வைத்து விட்டாள் அவள். ஆனால், அதே கணத்தில், வேறொரு எண்ணமும் அவளைத் தாக்குகிறது. 'ஒருவேளை, வட்டம் சரியாக வரவில்லையென்றால்? பாண்டியனுடன் என்னால் சேரமுடியாது என்று காலம் தீர்ப்பளித்துவிட்டால்? அந்த முடிவை என் நெஞ்சம் தாங்குமா?'

இப்படி எண்ணியதும், அவளுடைய வட்டமிடும் யோசனை மறைந்து விடுகிறது. மண்ணில் வைத்த விரலை எடுக்கவும் மனமில்லாமல், வட்டம் வரைந்து தன்னுடைய காதலின் தலைவிதியைச் சோதிக்கவும் மனமில்லாமல் குழப்பத்துடன் அமர்ந்திருக்கிறாள் அவள்.

கூடல் பெருமானைக் கூடலார் கோமானைக்
கூடப் பெறுவேனேல் கூடுஎன்று கூடல்
இழைப்பாள்போல் காட்டி இழையாது இருக்கும்
பிழைப்பில் பிழைபாக்கு அறிந்து.

கூடலார்	-	மதுரை நகரத்தைச் சேர்ந்தவர்கள்,
இழைத்தல்	-	மண்ணில் வரைதல்
பிழைபாக்கு	-	தவறு

82

சொல்லாதே

பாண்டியனை எண்ணித் தவிக்கும் இந்தப் பெண், தன் தோழியை அவனிடம் தூதாக அனுப்புகிறாள்.

இரக்கமில்லாத கொலைத்தொழிலைச் செய்கின்ற யானையைக் கொண்ட தமிழர் தலைவன் பாண்டியனைச் சந்தித்தபின், அவனிடம் என்ன சொல்லவேண்டும், என்னென்ன சொல்லக்கூடாது என்றெல்லாம் இவளே தெளிவாகச் சொல்கிறாள்:

'தோழி, என்னைப்பற்றி அவனிடம் எதுவும் சொல்லாதே. என் பெயரைச் சொல்லாதே. நம் ஊரைச் சொல்லாதே. முக்கியமாக, நம் அன்னையைப்பற்றி எதுவும் சொல்லாதே. காதல்வயப்பட்ட என்னை

எவள் இப்படியெல்லாம் கொடுமைப்படுத்துகிறாள் என்று நீ சொல்லவே சொல்லாதே.'

இதைக் கேட்டதும் தோழி திகைத்துப்போகிறாள். 'இதெல்லாம் சொல்லாவிட்டால் அவனுக்கு உன்னைப்பற்றி எப்படித் தெரியும்? உன் நிலைமை எப்படிப் புரியும்?' என்று வியப்புடன் கேட்கிறாள்!

அதற்கு இந்தப் பெண் அமைதியாக பதில் சொல்கிறாள், 'அவனை எண்ணி நான் தூங்காமல் தவித்திருக்கிறேன் என்றுமட்டும் சொல்லி விட்டு வா. மற்றவை அவனுக்குத் தானாகப் புரிந்துவிடும்!'

என்னை உரையல்என் பேர்உரையல் ஊர்உரையல்
அன்னையும் இன்னள் எனஉரையல் பின்னையும்
தண்படா யானைத் தமிழ்நர் பெருமாற்குஎன்
கண்படா ஆறே உரை.

உரையல்	-	சொல்லாதே
தண்படா	-	இரக்கமில்லாத
கண்படா	-	தூங்காத

83

காதல் புரியாதா?

பொதுவாக, மனிதர்களை நாம் அவர்களுடைய வெளி அடையாளங்களுடன்தான் ஞாபகம் வைத்திருக்கிறோம். அந்த அடையாளங்கள் இல்லாமல் அவர்களைப் பார்த்தால் நமக்குக் குழப்பம் வந்துவிடும்.

உதாரணமாக, மகாத்மா காந்தி என்றால் பொக்கை வாய்ச் சிரிப்பு, கண்ணாடி, அரை வேட்டி, இடுப்பில் ஒரு கடிகாரம், கையில் தடி ... இந்த அடையாளங்கள் இல்லாமல் ஜம்மென்று மேற்கத்திய பாணியில் உடை அணிந்த காந்தி சிலை ஒன்றைப் பார்த்தால், 'யாருப்பா இவரு?' என்றுதான் கிண்டலடிக்கத் தோன்றும்.

'ஔவையார்' என்றதும் உங்களுக்கு நினைவுக்கு வருவது என்ன? அறிவுரை சொல்லும் ஒரு பாட்டி. அந்த முதியவள் ஒருகாலத்தில் சிறுமியாகவோ, இளம்பெண்ணாகவோ இருந்திருக்கக்கூடும் என்றுகூட நம்மால் நினைக்கமுடியாது. அதனால்தான், 'ஔவையார் இளமைப்

பருவத்தை வெறுத்து, நேரடியாக முதுமைப் பருவத்தை ஏற்றுக் கொண்டுவிட்டார்' என்கிற வாய்மொழிக் கதையை நாம் மறுக்காமல் ஏற்றுக்கொள்கிறோம்.

இந்த முத்தொள்ளாயிரப் பாடலில், மேற்சொன்ன ஔவையின் கதை போல 'என் அம்மா இளமைப் பருவத்தை முழுதாகக் கழிக்காமல், நேரடியாகப் 'பாட்டி'யாகிவிட்டாளோ?', என்று சந்தேகிக்கிறாள் ஒரு மகள்.

ஏன்?

அந்த 'அம்மா'ப் பாட்டி, இவளுடைய காதலுக்கு எதிர்ப்பாக நிற்கிறாள். 'எங்கம்மா ஒழுங்கா வயசுக் காலத்தில யாரையாச்சும் காதலிச்சிருந்தா, இப்போ நான் படற வேதனை அவளுக்குப் புரிஞ்சிருக்கும்' என்கிறாள் அவளுடைய மகள்.

பகைவர்களை வென்று, அவர்களின் நாடுகளைக் கைப்பற்றிக்கொண்ட பாண்டியன், மொட்டுகள் பூக்கும் மலர்களால் தொடுத்த புதிய மாலையை அணிந்திருக்கிறான். வீரமும் கோபமும் பொருந்திய வேலைக் கையில் ஏந்தியபடி வீதியில் பவனி வருகிறான்.

அவனைப் பார்ப்பதற்காக, வீதிக்கு ஓடி வருகிறாள் இந்தப் பெண்.

ஆனால், அவளுடைய தாய் அவளைத் தடுத்து நிறுத்திவிடுகிறாள். 'நீ பாண்டியனைப் பார்க்கக்கூடாது' என்று கண்டிக்கிறாள். அவளை உள்ளறைக்குள் தள்ளிப் பூட்டிவிடுகிறாள்.

மிகுந்த ஏமாற்றமடைந்த அந்தப் பெண், கண்ணீருடன் தனது தோழியிடம் பேசத் தொடங்குகிறாள்:

'அழகிய வளையல்கள் அணிந்த, நீண்ட தோள்களையும் வாள்போன்ற கண்களையும் உடைய என் தோழி, நீயே சொல், என் அம்மா செய்தது நியாயமா?'

இதைக் கேட்ட தோழி, என்ன பேசுவது என்று தெரியாமல் மௌன மாக இருக்கிறாள். ஆகவே, இந்தக் காதலி தொடர்ந்து பேசுகிறாள். 'தோழி, நான் பாண்டியனைப் பார்க்கக்கூடாது என்று தடை செய்கிறாள் என் தாய். இவளும் என்னைப்போல ஒரு பெண்தானே? என் மனத்தினுள் இருக்கும் உணர்ச்சிகள் அவளுக்குப் புரியாதா?'

இப்படியாகத் தொடர்கிற அவளுடைய புலம்பலைத் தடுத்து நிறுத்தி அவளைச் சமாதானப்படுத்த முயற்சி செய்கிறாள் அந்தத் தோழி. 'உன் அம்மாவையும் குற்றம் சொல்லமுடியாது தோழி. அவர்கள் வயதான வர்கள். இந்த வீடும் வாசலும் தெருமுனையிலிருக்கிற கோவிலும்தான்

அவர்களின் உலகம். மற்றபடி, நமது வாலிபப் பருவத்தின் காதல் உணர்ச்சிகளெல்லாம் அவர்களுக்குத் தெரியாது!'

'அது எப்படி? அவர்களும் இந்தப் பருவத்தைக் கடந்துவந்தவர்கள் தானே?' என்று மடக்குகிறாள் பாண்டியனின் காதலி.

இப்படிச் சொன்ன மறுவிநாடி, அவளுக்கு வேறொரு சந்தேகம் தோன்றுகிறது, 'ஒருவேளை, என்னுடைய அம்மா, குழந்தையாக இருந்து, வாலிபப் பருவத்தையே பார்க்காமல் நேரடியாக முதியவளாகி விட்டாளோ? அதனால்தான் இந்தப் பருவத்துக்கே உரிய இயற்கையான காதல் உணர்ச்சிகளெல்லாம் அவளுக்குப் புரியவில்லையோ?'

> வளைஅவாய் நீண்டதோள் வாள்கணாய் அன்னை
> இளையளாய் மூத்திலள் கொல்லோ தளைஅவிழ்தார்
> மண்கொண்ட தானை மறங்கனல்வேல் மாறனைக்
> கண்கொண்டு நோக்கல்என் பாள்.

வளை அவாய்	-	வளையல்கள் அணிந்த
வாள்கணாய்	-	வாள் போன்ற கண்களை உடையவளே
மூத்திலள்	-	(இளைஞியாய் இருந்து, பின்னர்) முதுமை அடையாதவள்
தளை	-	கட்டு
தார்	-	மாலை
தானை	-	படை
மறம்	-	வீரம்
நோக்கல்	-	பார்க்கக்கூடாது

84

நான் பாடுவேன்

'பாண்டியனைப் பார்க்கக்கூடாது' என்று தடை செய்த அன்னை, தன் மகளை வீட்டினுள் அடைத்துப் பூட்டிவிடுகிறாள்.

அது ஒரு சிறிய வீடுதான். அங்கே அம்மா ஒரு மூலையில், மகளும் அவளுடைய தோழியும் இன்னொரு மூலையில். இவர்கள் ஏதேனும் தில்லுமுல்லு செய்கிறார்களோ என்று சந்தேகமாக முறைக்கிறாள் அந்தத் தாய்.

ஆனால், அந்தப் பெண்கள் இருவரும் அவளைக் கண்டுகொள்ளவே இல்லை. 'அம்மா' என்று ஒரு ஜீவராசி இந்த வீட்டிலேயே இல்லை என்பதுபோல் அவளை அலட்சியப்படுத்திவிட்டு அங்கிருந்த உரலை உலக்கை கொண்டு இடிக்கத் தொடங்குகிறார்கள். இப்படியே, மற்ற வீட்டு வேலைகளையும் செய்தபடி தங்களுக்குள் பேசிக்கொள்கிறார்கள்:

'தோழி, எனக்கு என் காதலன் பாண்டியனைப்பற்றிப் பாடவேண்டும் போலிருக்கிறது. அவனைப் பார்க்கக்கூடாது என்றுதானே அம்மா சொன்னாள்? அவனைப்பற்றிப் பாடக்கூடாது என்று சொல்ல வில்லையே.' என்று சத்தமாகச் சொல்கிறாள் அந்த மகள்.

'அது சரி, அப்படி என்னதான் பாடப்போகிறாய்?' சூ என்று நமுட்டுச் சிரிப்போடு கேட்கிறாள் அவள் தோழி.

'அவனைப்பற்றிப் பாடுவதற்கு விஷயமா இல்லை?' என்று பரவசம் கலந்த பெருமைச் சிலிர்ப்புடன் சொல்லிவிட்டு, வரிசையாக அடுக்கத் தொடங்குகிறாள் அவள்.

'அவனுடைய கொடியின் அழகைப் பாடுவேன். அவனுடைய தேரின் அலங்கரிப்புகளைப் பாடுவேன். புதிதாகப் பறிந்த குளிர் மலர்களைத் தொடுத்துச் செய்த அவனுடைய மாலையைப்பற்றிப் பாடுவேன். அவனுடைய அழகிய கிரீடத்தைப்பற்றிப் பாடுவேன், அவன் மார்பில் ஊஞ்சலாடும் முத்து மாலையைப்பற்றிப் பாடுவேன். இப்படி இன்னும், இன்னும் பாடிக்கொண்டேயிருப்பேன்!'

இப்போது, தன் அம்மாவை ஒருமுறை பார்த்துக்கொள்கிறாள் அவள். 'இந்தக் கட்டுக்காவலெல்லாம், என்னை வீட்டுக்குள் அடைத்துவைக் கலாம். ஆனால், அவனைப்பற்றி நான் பாடும் நேசத்தின் பாடலை யாராலும் சிறைவைக்கமுடியாது.'

கொடிபாடித் தேர்பாடிக் கொய்தண்தார் மாறன்
முடிபாடி முத்தாரம் பாடித் தொடிஉலக்கை
கைம்மனையில் ஓச்சப் பெறுவெனோ யானும்ஓர்
அம்மனைக் காவல் உளேன்.

கொய்	-	கொய்த / பறித்த
தண்	-	குளிர்ந்த
தார்	-	மாலை
தொடி	-	பூண்
கை	-	சிறிய
மனை	-	வீடு
ஓச்சப் பெறுவேனோ	-	இடிக்கப்படுவேனா

85

பறவை இல்லாத கூடு

தென்னை மரங்கள், தேங்காய்க் குலைகள் நிறைந்தது கூடல் மாநகரம். அதை ஆளும் தலைவன் பாண்டியன். அவனைக் கணவனாக அடைய விரும்பினாள் இந்தப் பெண்.

ஆனால், அவளுடைய அன்னை இந்த ஆசையை அங்கீகரிக்க வில்லை. 'பாண்டியனை நீ காதலிப்பதா? என்ன வேடிக்கை இது?' என்று அதட்டி, மகளை வீட்டினுள் அடைத்துக் காவல் வைத்து விட்டாள். தன்னுடைய நிலைமையை எண்ணி வாடி வருந்திய அந்தப் பெண் சோகத்துடன் பாடுவதாக இந்தப் பாடல் அமைந்துள்ளது.

'அம்மா, என் காதலன் பாண்டியனோடு சேர்வதற்கு ஆசைப்பட்டு என் இதயம் ஏற்கெனவே அவனிடம் சென்றுவிட்டது. ஆனால், அந்த விஷயம் உனக்குத் தெரியவில்லை. என்னுடைய உடலைமட்டும் சிறைப்பிடித்துக் காவல் வைத்திருக்கிறாய்!'

இப்படிச் சொல்லிவிட்டு, அவள் மெல்லச் சிரித்துக்கொள்கிறாள். 'அம்மா, காட்டில் வேட்டையாடச் செல்கிற ஒருவனுக்கு, பறவையின் மீதுதான் அக்கறை. யாராவது பறவை பறந்துசென்றபிறகு வெறும் கூட்டைமட்டும் காவல் காப்பார்களா? அப்படி ஓர் அசட்டுத்தனத் தைதான் செய்துகொண்டிருக்கிறாய் நீ!'

கோள்தேங்கு சூழ்கூடல் கோமானைக் கூடஎன
வேட்(டு)அங்குச் சென்றஎன் நெஞ்சறியாள் - கூட்டே
குறும்பூழ் பறப்பித்த வேட்டுவன்போல் அன்னை
வெறுங்கூடு காவல்கொண் டாள்.

தேங்கு	-	தென்னை
வேட்டு	-	வேட்கை கொண்டு / விரும்பி
குறும்பூழ்	-	காடை

86

பொடிப்பயல்

'ஏம்ப்பா, இந்த நியாயத்தைக் கொஞ்சம் கேளுங்களேன்' என்று நம்மை அழைக்கிறாள் பாண்டியனின் காதலி ஒருத்தி.

'என்னம்மா? என்னாச்சு?' ஆவலுடன் வம்பு கேட்கத் தயாராகிறோம்.

எடுத்த எடுப்பில், 'இந்தப் பாண்டியன் இருக்கானே, அவன் ஒரு நியாயமில்லாத பேர்வழி' என்று குற்றம் சாட்டுகிறாள் அவள்.

'அச்சச்சோ, அப்படியெல்லாம் பேசக்கூடாதும்மா, அவர் பெரிய நீதிமானாச்சே.'

'அட, நீங்க வேற. இப்போ நான் சொல்றதைக் கேட்டுட்டு அப்புறமாச் சொல்லுங்க, அவர் நீதிமானா, இல்லை அநீதிமானா-ன்னு.'

'பீடிகை போதும், விஷயத்தைச் சொல்லும்மா.'

அவள் சொல்கிறாள், 'இந்தப் பூமியில் இருக்கிற மற்ற அரசர்களோடு ஒப்பிட்டால், பாண்டியன் வயதில் மிகச் சிறியவன். ஆகவே, மற்ற அரசர்கள் அவனைப் பார்த்துப் 'பொடிப் பயல்' என்று கேலி செய்கிறார்கள்.'

'சரி, அதுக்கு என்ன இப்போ?'

'அப்படிக் கிண்டலடிக்கும் அரசர்களின்மீது போர் தொடுத்து, தன்னுடைய வீரத்தை நிரூபித்து, அவர்களுடைய நாட்டைப் பறித்துக்கொள்கிறான் இந்தப் பாண்டியன். போர் வெறி பிடித்த யானைகளை உடைய அவனுடைய படை இப்படி ஏராளமான மன்னர்களை அவனுக்குப் பணியவைத்திருக்கிறது' என்று பெருமிதத்துடன் சொல்கிறாள் அவள்.

'அப்படீன்னா, அவர் நல்லவர், வல்லவர்-ன்னுதானே அர்த்தமாகுது? நீ முன்னாடி வேற ஏதோ சொன்னியே.'

'அதெல்லாம் சரிதான்ப்பா,தன்னை மதிக்காத எதிரிகளோடு சண்டை போட்டு, அவர்களுடைய நாட்டைப் பறித்துக்கொள்வதெல்லாம் நியாயம்தான். ஆனால், அணிகலன்களால் அலங்கரித்த அவனுடைய உடலைக் கைகளால் தொழுது வாழுகிற அப்பாவிக் காதலி நான், என்னுடைய உடம்பின் நிறத்தை அவன் ஏன் பறித்துக் கொண்டான்? இது அநியாயமில்லையா?' என்று கேட்கிறாள்.

இப்படிச் சொல்லிவிட்டு அவள் தன்னுடைய கைகளை முன்னே நீட்டுகிறாள். அவள் சொல்வது உண்மைதான் இனிய மணம் பொருந்திய மாந்தளிரைப்போன்ற அவளுடைய அழகிய உடலில் இப்போது பசலை படர்ந்திருக்கிறது. பாண்டியனைப் பிரிந்த பசலை.

அந்தப் பாண்டியன் உண்மையிலேயே நீதிமான் நியாயவான் என்றால், உடனடியாக இங்கே திரும்பிவரவேண்டும். இவளுடைய பசலையை குணப்படுத்திப் பழைய மாந்தளிர் நிறத்தை இவளுக்குத் திரும்பித்தர வேண்டும். செய்வானா?

> களியானைத் தென்னன் இளம்கோ என்றுஎள்ளிப்
> பணியாரே தம்பார் இழக்க அணிஆகம்
> கைதொழு தேனும் இழக்கோ நறுமாவின்
> கொய்தளிர் அன்ன நிறம்.

களியானை	-	களிப்புடைய / மதம் பிடித்த யானை
இளம்கோ	-	இளைய தலைவன்
எள்ளி	-	கேலி செய்து
பணியார்	-	பணியாதவர்கள்
பார்	-	உலகம் / நாடு
ஆகம்	-	உடல்
இழக்கோ	-	இழக்கவேண்டுமா? / இழப்பது சரிதானா?
நறு	-	மணம் மிகுந்த
அன்ன	-	போல

87

கண் செய்த தவறு

பாண்டியனின் காதலிகளில் ஒருத்தி, தன்னுடைய கண்ணின்மீது குற்றப் பத்திரிகை வாசிக்கிறாள்.

அப்படி என்னதான் தவறு செய்துவிட்டது அந்தக் கண்?

காலம்காலமாகச் செய்கிற அதே தவறுதான். 'யான் நோக்குங்காலை நிலநோக்கும்' என்று வள்ளுவரும், 'உன்னை நான் பார்க்கும்போது, மண்ணை நீ பார்க்கின்றாயே', என்று கண்ணதாசன் பாடிய அதே தவறுதான்.

'இரவில், நான் நன்றாகத் தூங்கிக்கொண்டிருக்கையில் கனவு வரும். அதில் என் காதலன் பாண்டியன் வருவான். அப்போது, என்னுடைய கண்கள் அவனை நேருக்கு நேராகப் பார்க்கும். காதல் மொழி பேசும்' என்று பரவசத்துடன் சொல்லி, அந்தக் கனவின் நினைவுகளில் மூழ்கிக் களிக்கிறாள் அவள்.

அடுத்தகணம், அவளுடைய முகத்தில் மெலிதான வெறுப்பும் வருத்த மும் படர்கிறது, 'மறுநாள், பகலில் அதே பாண்டியனை நேரில் காணும் போது, இந்தக் கண்கள் நாணத்தால் கவிழ்ந்துகொள்கின்றன. அவனை நேருக்கு நேர் பார்த்துப் பேச மறுக்கின்றன.' இதுதான் அவளுடைய குற்றச்சாட்டு.

'அழகிய ஆபரணங்கள் அணிந்த என் தோழி, என்னுடைய சொந்தக் கண்ணே இப்படி எனக்கு எதிராகச் செயல்பட்டால், நான் எப்போது என் காதலனை நேருக்கு நேர் பார்ப்பேன்? எப்போது அவனுடைய அன்பு எனக்குக் கிடைக்கும்?'

கனவை நனவுஎன்று எதிர்விழிக்கும்; காணும்,
நனவில் எதிர்விழிக்க நாணும் - புனையிழாய்
என்கண் இவையானால் எவ்வாறோ மாமாறன்
தண்கண் அருள்பெறுமா தான்.

புனையிழாய்	-	அணிகலன்களைப் புனைந்த பெண்ணே
தண் கண்	-	குளிர்ச்சியான கண்
அருள் பெறுமாதான்	-	அருள் / அன்பைப் பெறுவது எப்படி?

88

விழிச்சிறை

காலை. இன்னும் தூக்கம் கலையாமல் கண்மூடியிருக்கிறாள் அந்தப் பெண். 'பொழுது விடிஞ்சாச்சு! என்னடி இன்னும் தூக்கம்?' என்று அதட்டியபடி அவளுடைய தாய் அவளை உலுக்குகிறாள்.

ஆனால், அந்தப் பெண் அதற்கும் கண் திறக்கவில்லை. போதாக் குறைக்கு, தன்னுடைய கைகளால் கண்களை இறுக மூடிக்கொள்கிறாள்.

'என்னாச்சுடீ உனக்கு? கண்ணைத் திற' என்று அவளை மீண்டும் உசுப்பு கிறாள் அம்மா. அதிகாலையிலேயே எழுந்து, குளித்து, மொட்டுகள்

விரியும் மலர்களைச் சூடியிருக்கிறாள் அந்தத் தாய். ஆனால், அவளுடைய மகள் இன்னும் துயிலெழவே இல்லை.

‘சோம்பேறிப் பெண்ணே, இப்ப நீ எழுந்திருக்கப்போறியா, இல்லையா?’

‘அம்மா, தயவுசெய்து என்னைத் தொந்தரவு செய்யாதே. இன்றைக்கு நீ என்னைக் கொன்றுபோட்டாலும்கூட, நான் என் கண்களைத் திறக்கவேமாட்டேன்!’, என்று உறுதியான குரலில் சொல்கிறாள்.

‘ஏன்? என்னாச்சு? ஏன் கண்ணைத் திறக்கமாட்டாய்?’ பதற்றத்துடன் கேட்கிறாள் தாய்.

‘அம்மா, சில நாள்களுக்குமுன்னால் என் வளையல்களைத் திருடிக் கொண்டுபோனானே ஒரு திருடன், அவனை நேற்று இரவு கண்டு பிடித்துவிட்டேன்.’

‘அப்படியா? யார் அந்தத் திருடன்?’ அம்மாவின் குரலில் நடுக்கம் சேர்கிறது.

‘வீரம் மிகுந்த அரசன், வாள் ஏந்திய அந்தப் பாண்டிய மன்னன்தான் அம்மா என் வளையல்களைத் திருடியவன். முன்பு திருடிச் சென்றதெல்லாம் போதாததுபோல், மேலும் வளையல்களைத் திருடுவதற்காக அவனுடைய பெரிய பட்டத்து யானையுடன் நேற்று இரவு என் கண்களுக்குள் புகுந்தான். உடனே, நான் சட்டென்று இமைகளை மூடி, அவனைச் சிறைப்படுத்திவிட்டேன். அதுவும் போதாது என்று கைகளால் கண்களை நன்றாக மூடிக்கொண்டுவிட்டேன்!’ என்கிறாள் மகள்.

இப்படிச் சொல்லிவிட்டு, அந்தப் பெண் சிறு புன்னகை செய்கிறாள். ‘இப்போது நான் கையைத் திறந்தால் அவன் தப்பித்து ஓடிவிடுவான். ஆகவே நீ என்னைத் தொந்தரவு செய்யாதே, போ!’

> தளைஅவிழும் பூங்கோதைத் தாயரே ஆவி
> களையினும்என் கைதிறந்து காட்டேன் வளைகொடுபோம்
> வன்கண்ணன் வாள்மாறன மால்யானை தன்னுடன் வந்து
> என்கண் புகுந்தான் இரா.

தளைஅவிழ்தல்	-	மொட்டுகள் மலர்தல்
தாயர்	-	தாயார்
வளை கொடுபோம்	-	வளையல்களைக் கொண்டு சென்ற
வன்கண்ணன்	-	வீரன்
இரா	-	இரவு

89

கனவைப் பறிகொடுத்தேன்

பாண்டியனைக் காதலிக்கும் ஒரு பெண், அவனை நினைத்தபடி ஏங்கியிருந்தாள். சாப்பாடு பிடிக்கவில்லை. தூக்கம் வருவதில்லை. அவன் இல்லாமல் வாழ விருப்பமில்லை.

இந்த நிலையில், என்றைக்கோ ஒரு நாள், தப்பித்தவறி அவளுக்குத் தூக்கம் வந்துவிட்டது.

காதலர்களுக்குத் தூக்கம் வந்தால், இலவச இணைப்பாகக் கனவும் வரும். இவளுக்கும் வந்தது. கனவில் கூர்மையான வேலைக் கையில் ஏந்திய பாண்டியன் வந்தான். அவளுடைய கையைப் பிடிக்கவந்தான்.

பரவசமூட்டும் அந்தக் கனவை நிஜம் என்று நினைத்துக்கொண்டாள் அந்தப் பெண். சட்டென்று கண்களைத் திறந்துவிட்டாள்.

‘ஐயோ, என்ன இது அநியாயம்? என்னைச் சந்திப்பதற்காக வந்த என் பாண்டியன் எங்கே? அவனைக் காணவில்லையே. அப்படியென்றால்? இதுவரை நான் கண்டதெல்லாம் கனவா? எனக்கு அதிர்ஷ்டமே இல்லை. கனவிலாவது என் காதலனைச் சந்தித்து, மனம்விட்டுப் பேச நினைத்தேன். இப்போது என் அசட்டுத்தனத்தால், கண்களைத் திறந்து, அந்தக் கனவையும் பறிகொடுத்துவிட்டேன்!’ என்று பலவிதமாகப் புலம்புகிறாள் அவள்.

> ஓராற்றால் என்கண் இமைபொருந்த அந்நிலையே
> கூரார்வேல் மாறன்என் கைப்பற்ற வாரர்
> நனவுஎன்று எழுந்திருந்தேன் நல்வினை ஒன்றுஇல்லேன்
> கனவு இழந்துஇருந்த ஆறு.

ஓராற்றால்	-	ஒரு வழியாக
இமை பொருந்த	-	இமை மூட / தூங்க
ஆறு	-	வழி

90

அவனுக்காகக் காத்திருக்கிறேன்

அவள், பாண்டியனின் காதலி. கடற்கரையில் தோழியுடன் அமர்ந் திருக்கிறாள்.

அந்தப் பெண்ணின் கண்களில் சோகமும் ஏக்கமும் ததும்புகிறது. அப்போது எதேச்சையாக அவளுடைய பார்வை முன்னே இருக்கும் மணல்மேட்டின்மீது விழுகிறது.

உதிரியான மணலைச் சேர்த்துக் குவித்தாற்போல் தெரிகிற அந்த மணல் மேட்டில் சில சங்குகள் கிடக்கின்றன. அவற்றைப் பார்த்ததும், அவளுடைய சோகம் இன்னும் கூடுகிறது. பக்கத்தில் அமர்ந்திருக்கும் தோழியை அழைத்துச் சொல்கிறாள். 'தோழி, நானும் அந்தச் சங்குகளும் ஒன்றுதான்.'

அந்தத் தோழிக்கு ஒன்றும் புரியவில்லை. 'என்ன சொல்கிறாய் நீ? என்று குழப்பத்துடன் கேட்கிறாள்.

'தோழி, இந்தச் சங்கு கடலினுள் கிடந்தது. சில அலைகள் அதைக் கரைக்குக் கொண்டுவந்தன. இங்கே வந்ததும் சங்கு ஒரு முத்தை உமிழ்ந்தது. அதன்பிறகு, தன்னை மீண்டும் கடலுக்குள் இழுத்துச் செல் வதற்காக இன்னோர் அலை வராதா என்று ஏக்கத்தோடு காத்திருக்கிறது.'

இப்படிச் சொல்லிவிட்டு, பெருமூச்சுடன் தொடர்ந்து பேசுகிறாள் பாண்டியன் காதலி. 'நானும் அந்த சங்கைப்போலதான். என் காதலன் பாண்டியனுடன் திரும்பச் சேர்வதற்காக, அவனிடமிருந்து ஒரு தூது வராதா என்று ஏங்கிக் காத்திருக்கிறேன்!'

உகுவாய் நிலத்தது உயர்மணல் மேல்ஏறி
நகுவாய் முத்துஈன்று அசைந்தசங்கம் புகுவான்
திரைவரவு பார்த்திருக்கும் தென்கொற்கைக் கோமான்
உரைவரவு பார்த்திருக்கும் நெஞ்சு.

உகுவாய்	-	உதிர்கின்ற
நகுவாய்	-	ஒளிவீசுகின்ற
சங்கம்	-	சங்கு
திரை	-	அலை

91

காற்றிடம் ஒரு கேள்வி

நம்மிடையே வளரும் மரங்களிலேயே மிகவும் விலை மதிப்பு மிகுந்தது, சந்தன மரம்தான்.

ஆகவே, எல்லாச் சந்தன மரங்களும் அரசாங்கத்துக்குச் சொந்தம் என்று உத்தரவாகியிருக்கிறது. அதன் இலையைப் பிய்த்து, கசக்கி வாசனை பார்த்தாலே காக்கிச் சட்டைக்காரர்கள் பிடித்துக்கொண்டு போய்விடக் கூடும்.

இந்தக் காரணங்களால், மிகவும் உயர்வான விஷயங்களுக்கு நாம் சந்தனத்தை உதாரணம் காட்டுகிறோம். அப்படியானால், தாழ்வான விஷயங்களுக்கு? வேறு என்ன? எரிந்துபோன கரிக்கட்டைதான்!

உதாரணமாக, 'அவன் ரொம்பக் கெட்டுப்போயிட்டான். சந்தனத்தை எரிச்சு கரிக்கட்டையாக்கினமாதிரி அவனோட நண்பர்களே அவனைக் கெடுத்துட்டாங்க' என்று சொல்கிறோம். சந்தனத்தை எரிப்பது அத்தனை பெரிய தவறாகக் கருதப்படுகிறது.

ஒரே ஒரு சூழ்நிலையில்தான், சந்தனம் எரிக்கப்படுவதை நாம் ஒப்புக் கொள்கிறோம். பெருந்தலைவர்களோ, பெரும்புள்ளிகளோ இறந்து விட்டால், அவர்களுடைய உடலை தகனம் செய்யும்போது சந்தனக் கட்டைகளால் போர்த்தி எரிப்பது ஒரு கௌரவமாக இருக்கிறது. மற்றபடி, சந்தனத்தை எரிப்பது பெரும் பாவம். அல்லது காசைக் கரியாக்கும் மூடத்தனம்.

இங்கே ஒரு புலவர் பாண்டியனின் பொதிகை மலையை வர்ணிக் கிறார். அதன் பெரும் வளத்துக்கு உதாரணமாக, 'சந்தனக்கட்டைகளை எரித்துச் சோறு சமைக்கிறவர்கள் நிறைந்த பொதிகை மலை' என்று சொல்கிறார்.

அதாவது, பொதிகை நாடெங்கும், ஏராளமான செல்வமும் இயற்கை வளமும் நிறைந்திருக்கிறதாம். அதனால், அவர்கள் சந்தன மரத்தைக் கூட பெரிய செல்வமாக மதிப்பதில்லையாம், சாதாரணமாக அடுப்பு எரிக்க உபயோகிக்கிறார்களாம்!

ஆனால், இந்தப் பாடல் பொதிகை வளத்தைப்பற்றியது அல்ல. அதன் அரசனாகிய பாண்டியனின்மீது காதல் கொண்ட ஒரு பெண்ணின் ஏக்கப் புலம்பல்.

பாண்டியனை நினைத்து ஏங்கியிருக்கும் இந்தப் பெண், தன்னைக் கடந்துசெல்லும் வாடைக் காற்றை அழைத்துப் பேசுகிறாள். 'குளிர் வீசும் வாடைக்காற்றே, இப்போது எங்கே போகிறாய்? என் மன்னன் பாண்டியனைச் சந்திக்கப்போகிறாயா? அப்படியானால், கொஞ்சம் நில். நான் அவனுக்கு ஒரு சேதி சொல்லவேண்டும். அவனிடம் ஒரு கேள்வி கேட்கவேண்டும்?'

'அப்படியா? நல்லது. என்ன சேதி? என்ன கேள்வி? சீக்கிரம் சொல், எனக்குத் தாமதமாகிவிட்டது' என்று பரபரக்கிறது வாடைக்காற்று.

'பகைவர்களைப் போரில் வென்று, அழிக்கும் அரசன் அவன். முழு நிலாவைப்போன்ற வெண்கொற்றக்குடையும் செங்கோலும் ஏந்தி நல்லாட்சி செய்யும் மன்னன் அவன். அப்படிப்பட்ட பாண்டியன், என்னைமட்டும் கண்டுகொள்ளாமல் இருப்பது நியாயமா?'

இப்படிக் கேட்டுவிட்டு, தன்னுடைய வெறுங்கைகளை முன்னே நீட்டுகிறாள் அவள்.

'நீயே பார். அவன்மேல் கொண்ட காதலால், நான் என் வளையல் களைக்கூட இழந்து விட்டேன். ஆனாலும், அவன் என்மீது அன்பு செலுத்த மறுக்கிறான். இது நியாயமா என்று நீ அவனைக் கேட்டுக் கொண்டு வா!'

மாறுஅடுபோர் மன்னர் மதிக்குடையும் செங்கோலும்
கூறிடுவாய் நீயோ! குளிர்வாடாய் சோறுஅடுவார்
ஆரத்தால் தீமூட்டும் அம்பொதியில் கோமாற்குஎன்
வாரத்தால் தோற்றேன் வளை!

மாறுஅடுபோர்	-	பகைவர்களை அழிக்கும் போர்
மதி	-	நிலா
குளிர்வாடாய்	-	குளிர் வீசும் வாடைக் காற்றே
அடுவார்	-	சமைப்பவர்கள்
ஆரம்	-	சந்தன மரம்
அம்	-	அழகிய
பொதி	-	பொதிகை மலை
வாரம்	-	அன்பு / காதல்
தோற்றேன் வளை	-	வளையல்களை இழந்தேன்

92

வாசலில் மனம்

பாண்டியனை மனத்தில் நிறைத்துக்கொண்ட காதலி ஒருத்தி. தன்னை மறந்து காதல் நினைவுகளில் மூழ்கியிருக்கிறாள்.

அப்போது, அவளைச் சந்திப்பதற்காக அங்கே வந்த ஒரு தோழி அவளுடைய நிலைமையைப் பார்க்கிறாள். அவளை கேலி செய்யத் துவங்கிவிடுகிறாள். 'ஏய், என்னாச்சு உனக்கு?'

'என்னை விட்டுவிடு தோழி. என் மனம் என்னிடம் இல்லை.'

ஆனால், அந்தத் தோழிக்கு இந்தப் பதில் போதவில்லை. 'உன் மனம் உன்னிடம் இல்லை என்றால், வேறு எங்கே இருக்கிறது?' என்று ஆவலோடு விசாரிக்கிறாள்.

'உனக்குத் தெரியாதா தோழி? என் மனம், என்னுடைய காதலன் பாண்டியனின் அரண்மனை வாசலில்தான் இருக்கிறது.'

'வாசலில்தானா? அவனுடைய அரண்மனைக்குள் இல்லையா?' கிண்டலாகக் கேட்கிறாள் அவளுடைய தோழி.

'இல்லை. அவனைப் பார்க்கவேண்டும் என்ற ஆசையில், அவனுடைய வீட்டு வாசல்வரை சென்றது என் மனம். அதற்குமேல் செல்லத் தைரியமில்லாமல் அங்கேயே நின்றுவிட்டது. வீட்டினுள் போகிறவர்களுக்கும் இடம் கொடுக்காமல், வீட்டிலிருந்து வெளியே வருபவர்களுக்கும் வழிவிடாமல், தன்னைப் பார்த்துக் கேலி செய்கிறவர்களுக்குக்கூடப் பதில் சொல்லத் தோன்றாமல் அங்கேயே தவித்து நிற்கிறது.' சூ என்று ஏமாற்றத்துடன் பேசுகிறாள் அவள்.

பேச்சின்வழியே அந்தக் காட்சியை மனத்தினுள் நினைத்ததும், சட்டென்று அவளுக்குக் கண்ணீர் துளிர்க்கிறது. 'தாழ்வான ஆற்றங் கரையில் வேடனின் அம்பு பாய்ந்த பெண் மான் நகரமுடியாமல் சுருண்டு விழுவதுபோல, அவனைத் தேடிச் சென்ற என் மனமும், அங்கேயே சுருண்டு விழுந்து கிடக்கிறது!'

புகுவார்க்கு இடம்கொடா போதுவார்க்கு ஒல்கா
நகுவாரை நாணி மறையா இருகரையின்

ஏமான் பிணைபோல நின்றதே கூடலார்
கோமான்பின் சென்றஎன் நெஞ்சு.

போதுவார்	-	வெளியேறுகிறவர்கள்
ஒல்கா	-	தளராத / ஒதுங்கி இடம்தராத
நகுவார்	-	சிரிப்பவர்கள் / கேலி செய்பவர்கள்
இகு	-	இறக்கமான / தாழ்வான
ஏ	-	அம்பு
பிணை	-	பெண்

93

பிறந்த நாள்

அநேகமாக வருடத்தின் எல்லா நாள்களும் ஒரேமாதிரிதான் இருக்கின்றன. ஆனால், பிறந்தநாள் என்பதுமட்டும் சற்றே அதிக விசேஷம். சாதாரணர்களாகிய நாம் அந்த ஒரு நாளில் மட்டுமாவது நம்மை நாயகர்களாக உணர்ந்துகொள்ள வாய்ப்புத் தருவதால்.

ஆனால், சந்தோஷம் தரும் அந்தப் பிறந்தநாள் வரும்போது நாம் நோய் வாய்ப்பட்டுவிட்டால்? மாத்திரை சாப்பிட்டுக்கொண்டு படுக்கையில் சோர்ந்து கிடக்கிற ஒருவரால் பிறந்தநாளை எப்படி உற்சாகமாகக் கொண்டாடமுடியும்? அப்படி ஒரு நிலைமைதான் இந்தப் பாடலின் நாயகிக்கு.

அவள், பாண்டியனின் காதலி. அழகான யானைமீது ஏறி பவனி வரும் பாண்டியனைப் பார்த்தாலே அல்லது நினைத்தாலே பரவசம் அடைகிறவள். பிறவிப்பயன் பெற்றுவிட்டதுபோல் ஆனந்தத்தில் திளைப்பவள்.

ஆனால், இந்தக் கதையெல்லாம் அவனைச் சேர்ந்திருக்கும்போதுதான். இப்போது, அவள் அவனைப் பிரிந்திருக்கிற சூழ்நிலை!

ஆகவே, முன்பு ஆனந்தம் தந்த அவனுடைய நினைப்பு இப்போது பிரிவின் ஞாபகத்தைதான் கொண்டுவருகிறது. முன்பு காதல் மயக்கத்தை ஏற்படுத்திய மாலை வேளையும் வாடைக் காற்றும் இப்போது அவளைப் பார்த்துக் கோபமாகச் சீறுகிறது. வலி தருகிறது. வேதனை தருகிறது.

பிணிகிடந் தார்க்குப் பிறந்தநாள் போல
அணிஇழை அஞ்ச வருமால் மணியானை
மாறன் வழுதி மணவா மருள்மாலைச்
சீறியோர் வாடை சினந்து.

பிணிகிடந்தார்	-	நோய்வாய்ப்பட்டுக் கிடப்பவர்கள்
அணி இழை	-	அழகிய ஆபரணங்கள்
மணவா	-	மணக்காத
மருள்	-	மயக்கம்
சீறியோர்	-	கோபம் கொண்டவர்கள்

94

காத்திருக்கும் காதல்

'காதலில் காத்திருப்பதும் ஒரு சுகம்தான்' என்று கவிஞர்கள் எழுதியிருக்கிறார்கள்.

'ஆமாம்! இந்தக் கவிஞர்களுக்கு வேறு வேலை என்ன?', என்று சலிப்போடு சொல்கிறாள் ஒரு காதலி, 'காத்திருப்பதில் சுகம் காண்ப தெல்லாம் கவிதையில்மட்டும்தான் நடக்கும்.'

அப்படினால், நிஜத்தில்?

'அப்படிக் காக்கவைப்பவர்களின்மீது எரிச்சல்தான் வரும். ஒரு பெண் தன்னந்தனியே காத்து நிற்கும்போது, சுற்றியிருக்கிறவர்களெல்லாம் ஒருமாதிரி பார்ப்பார்கள். ஆகவே, அவள் தாமதமாக வருகிற தன் காதலனைக் கடித்துக் குதறவேண்டும் என்றுதான் நினைப்பாள்!'

அவள் சொல்வதும் நியாயம்தானே? காதலனை, அல்லது காதலியைப் பார்ப்பதற்கு ஒரு நேரம் (அல்லது நாள்) குறித்துவிட்டால், அந்த நேரத்தில் அவன் அல்லது அவள் வந்தாகவேண்டும். அப்படியின்றி வெறுமனே கையைக் கட்டிக்கொண்டு காத்திருப்பதில் யாருக்கு விருப்பமிருக்கும்?

இந்தப் பாடலில் வரும் பெண்ணும் அப்படித்தான். கொடிய போரில் பகைவர்களை வீரமுடன் எதிர்த்து வெற்றிபெற்ற பாண்டியனின் காதலி இவள். அவனைக் காணாமல் தவித்திருக்கிறாள்.

அப்போது, இந்தக் காத்திருப்புக் காலத்தின் தனிமை கனம் தாங்காமல், அவள் அவனைப்பற்றிப் பலவிதமாக பேசத்தொடங்கிவிடுகிறாள். அவனைச் சந்தித்து மகிழ்ந்த, பழைய நாள்களைப்பற்றிச் சொல்கிறாள். அவனுடைய வீரத்தைப்பற்றிப் பேசுகிறாள். அவனுடைய அழகை வர்ணிக்கிறாள். 'ஏன் இன்னும் வரவில்லை? என்னைவிட அரண்மனையில் அப்படி என்ன பெரிய வெட்டிமுறிக்கிற வேலை? இன்றைக்கு அவன் வரட்டும், இனிமேல் தாமதமாக வருவாயா என்று அவனை மிரட்டி உலுக்கிவிடுகிறேன்', என்று தனக்குள் உறுதி சொல்லிக்கொள்கிறாள்.

இப்படியாக, அவன் இல்லாதபோது ஆயிரம் விஷயங்களைப் பேசும் இந்தப் பெண், அவனைக் கண்ணால் பார்த்ததும் என்ன செய்கிறாள்?

அதுவரை, கவலை, கோபம், வருத்தம் என்று ஏராளமான உணர்ச்சிகளைக் கொண்டிருந்த அவளுடைய மனம், அவனைப் பார்த்த மறுகணம், 'வெட்கம்' என்னும் ஒற்றை உணர்ச்சிக்கு அடிமையாகிவிடுகிறது. சட்டென்று பேச்சு நின்றுவிடுகிறது. அவன்முன்னே தலைகுனிந்து நின்று, ஓரக்கண்ணால் அவனை ரகசியமாகப் பார்த்தபடி நிற்கிறாள்.

'நான் என்ன செய்வது? இந்தப் பாழாய்ப்போன வெட்கம் என்னுடைய உடன்பிறந்த சகோதரியாச்சே!' என்று நாணத்துடன் தனக்குள் பேசிக்கொள்கிறாள் அவள்.

அதே நேரம், அவளுடைய மனம், அவனை ஆசையாகப் பார்க்கிறது. 'அணிகலன்கள் அணிந்த உன் அழகு மார்பை எனக்குத் தா', என்று கேட்கிறது. அவளுடைய உடல், அவனை இறுகத் தழுவிக்கொள்கிறது!

> மாணார்க் கடந்த மறவெம்போர் மாறனைக்
> காணாக்கால் ஆயிரமும் சொல்லுவேன் கண்டக்கால்
> பூண்ஆகம் தாஎன்று புல்லப் பெறுவேனோ?
> நாணோடு உடன்பிறந்த நான்.

மாணார்	-	பகைவர்கள்
மறம்	-	வீரம்
வெம்போர்	-	கொடிய போர்
காணாக்கால்	-	பார்க்காவிட்டால்
கண்டக்கால்	-	பார்த்துவிட்டால்
பூண்	-	ஆபரணங்கள்
ஆகம்	-	உடல்
புல்ல	-	அணைக்க / தழுவ
நாண்	-	வெட்கம்

95

யார் பேச்சைக் கேட்பது?

நம்முடைய திரைப்படங்களில் காதலுக்குப் பல விரோதிகள் இருக்கிறார்கள். காதலர்களின் பெற்றோர்கள், சகோதரர்கள், நண்பர்கள், இன்னும் இப்படி ஏகப்பட்ட பேர் வில்லன்களாகச் சித்திரிக்கப்படுகிறார்கள்.

ஆனால், இந்த மனித வில்லன்களைக்காட்டிலும் காதலர்களுக்கு அதிகக் கொடுமை செய்யக்கூடிய ஒரு முக்கியமான பொது வில்லன், பிரிவு!

பிரிந்திருக்கும் காதலர்களின் இரவு மிகவும் நீளமானது என்று திருக்குறள் சொல்கிறது, 'நெடிய கழியும் இரா' என்று வர்ணிக்கும் வள்ளுவர் 'கொடியார் கொடுமையின் கொடுமை' என்று அதை வர்ணிக்கிறார்.

உண்மையில், இந்த இரவுப்பொழுது ஓர் இரட்டை வேடதாரி. சில சமயங்களில் வில்லனாகவும், சில சமயங்களில் கதாநாயகனாகவும் தோற்றம் தரக்கூடிய மாயாஜாலம் அது.

காதலனைப் பிரிந்திருக்கும் காதலிகளுக்கு ராத்திரிப் பொழுது தாங்க முடியாத அவஸ்தையாக இருக்கிறது. தூக்கம் வருவதில்லை. படுக்கை நோகிறது. கண்களை மூடினால் கனவுகள், திறந்தால் நினைவுகள். ஊரே உறங்கிக்கொண்டிருக்க, இவர்களுக்குமட்டும் இந்த அவஸ்தை. துயரமும் தன்னிரக்கமும் அவர்களைச் சூழ்ந்து அழுத்த, பாழாய்ப்போன இந்த ராத்திரி சீக்கிரத்தில் விடிந்துவிடாதா என்று ஏங்குகிறார்கள்.

அதேசமயம், காதலனோடு சேர்ந்திருக்கும் காதலிகளுக்கு, அந்தச் சந்தோஷத்தில் இரவுப்பொழுது எப்படி விரைகிறது என்றே தெரிவதில்லை. கண்மூடித் திறப்பதற்குள், காணாமல்போய்விடுகிறது!

குறுந்தொகையில் ஒரு காதலி, 'ஐயோ, சட்டென்று இரவு கழிந்து, பொழுது விடிந்துவிட்டதே. என்னிடமிருந்து என் காதலனைப் பிரிக்கும் வாளாக இந்த விடியற்காலை வந்துவிட்டதே' என்று பதறுகிறாள்.

இந்த முத்தொள்ளாயிரப் பாடலின் நாயகி, பாண்டியனின் காதலி. மலர்களை நன்றாக விரவித் தொடுத்த மாலையை அணிந்த, மார்பில் ஒளி பொருந்திய சந்தனத்தைப் பூசிக்கொண்டவனை எண்ணி ஏங்கியிருப்பவள்.

நியாயப்படி பார்த்தால், பாண்டியனைப் பிரிந்திருக்கும் இந்தக் காதலிக்கு இரவுப்பொழுது ஒரு கொடும் வில்லனாகத் தெரியவேண்டும். ஆனால், இந்தப் பெண் அந்த உணர்ச்சியைத் தனக்குள் மறைத்துக்கொண்டு, அந்த இரவின்மீது இரக்கப்படுவதுபோல் பேசுகிறாள்.

'ராத்திரிப் பொழுதே, உன் நிலைமை பரிதாபம்தான். பாண்டியனைப் பிரிந்திருக்கும் காதலிகள், சீக்கிரத்தில் விடிந்துவிடுமாறு உன்னைக் கெஞ்சுவார்கள். ஆனால், அவனோடு சேர்ந்து மகிழ்ந்திருக்கும் காதலிகள், 'ராத்திரியே, நீ விடியவே வேண்டாம், இப்படியே நீளமாக நீண்டுகொண்டே இரு' என்று விரும்புவார்கள். இவர்களில் யாருடைய பேச்சைக் கேட்பாய் நீ?' என்று கேலிச் சிரிப்போடு கேட்கிறாள் அவள்.

புல்லாதார் வல்லே புலர்கென்பார்; புல்லினார்
நில்லாய் இரவே நெடிதுஎன்பார் நல்ல
விராஅமலர்த் தார்மாறன் ஒண்சாந்து அகலம்
இராஅளிப் பட்டது இது.

புல்லுதல்	-	தழுவுதல்
வல்	-	வேகம்
புலர்தல்	-	விடிதல் (அதிகாலை)
விராஅமலர்	-	பரவலாகத் தொடுத்த மலர்கள்
தார்	-	மாலை
ஒண்சாந்து	-	ஒளி நிறைந்த சந்தனம்
அகலம்	-	மார்பு
அளிப்படுதல்	-	இரக்கத்துக்கு உரியதாக இருத்தல்

96

விழியோர முத்துகள்

பாண்டியனின் நாடு, முத்துகளுக்குப் பெயர் பெற்றது.

பொதுவாக, தண்ணீரினுள் இருக்கிற சிப்பியில்தான் ஒளி நிறைந்த முத்துகள் கிடைக்கும். ஆனால், பாண்டியனின் ஆட்சியில் வேறோர் இடத்திலும் முத்துகள் கிடைக்கும் என்கிறார் இந்தப் புலவர்.

வேறு எங்கே?

பகைவர்களின் ரத்தம் குடிக்கிற வேலைக் கையில் ஏந்திய அரசன் பாண்டியன். அவனுடைய மார்பு சந்தனம் பூசிக் குளிர்ந்திருக்கிறது. பாண்டிய நாட்டுப் பெண்கள் பலர் அவனை நினைத்து ஏங்குகிறார்கள்.

ஆனால், அவர்கள் எல்லோருக்கும் பாண்டியன் கிடைத்து விடுவானா? அவனை அடையமுடியாத தவிப்பில், அந்தப் பெண்களில் விழியோ ரங்களில் (கண்ணீர்) முத்துகள் வழிந்தோடுகின்றன.

இப்படிப் பாண்டியனோடு சேரமுடியாத பெண்கள் ராப்பகலாக முத்து விளைவித்துக்கொண்டிருப்பதால்தானோ என்னவோ, பாண்டிய நாடு முத்துகளுக்குப் புகழ்பெற்றுவிட்டது!

இப்பிஈன்று இட்ட எறிகதிர் நித்திலம்
கொற்கையே அல்ல படுவது கொற்கைக்
குருதிவேல் மாறன் குளிர்சாந்து அகலம்
கருதியார் கண்ணும் படும்.

இப்பி	-	சிப்பி
ஈன்று இட்ட	-	பெற்றுத் தந்த
எறிகதிர்	-	ஒளி மிகுந்த
நித்திலம்	-	முத்து
படுவது	-	உண்டாவது
குருதி	-	ரத்தம்
சாந்து	-	சந்தனம்
அகலம்	-	மார்பு
கருதியார்	-	கருதியவர்கள்

97

ஊடல் கோளாறுகள்

'**ஊ**டுதல் காமத்திற்கு இன்பம்' என்று திருக்குறளின் நிறைவுக் குறள் சொல்கிறது. காதலர்கள் ஒருவர்மீது மற்றவர் செல்லமாகக் கோபித்துக் கொள்கிற 'ஊடல்' எனப்படும் இந்தப் பொய்க்கோபம்தான் காதல் பொழுதைச் சுவாரஸ்யமாக்குகிறது.

ஆனால், சில சமயங்களில், இந்த ஊடலே காதலுக்குப் பெரிய எதிரியாகவும் ஆகிவிடுகிற வாய்ப்பு உண்டு.

அது எப்படி? இந்தப் பாடல் சொல்லும் காட்சியைப் பாருங்கள்:

பாண்டியனும் அவனுடைய காதலியும் தனிமையில் இருக்கிறார்கள். ஆசையோடு ஒருவரை ஒருவர் தழுவியிருக்கவேண்டிய இரவுப் பொழுது.

ஆனால், பாண்டியனின் காதலிக்கு அவன்மீது ஏதோ செல்லக் கோபம். 'என்னோடு பேசாதீர்கள்' என்று முகத்தைத் திருப்பிக்கொண்டு அமர்ந்து விடுகிறாள்.

அவளுடைய கோபத்துக்குக் காரணம் புரியாத பாண்டியன், அவளை நெருங்கி 'ஏன் கோபம்? எதற்குக் கோபம்? நான் அப்படி என்ன தவறு செய்துவிட்டேன்?' என்றெல்லாம் விசாரிக்கிறான். சமாதானங்கள் சொல்கிறான்.

ஆனால், இந்தச் சமாதானங்களால் அவளுடைய கோபம் தணியவில்லை. அவள் இன்னும் ஊடல் குறையாமல்தான் அமர்ந்திருக்கிறாள்.

சிறிது நேரத்துக்குப்பிறகு, பாண்டியனுக்கு இந்த விளையாட்டு சலித் துப்போய்விடுகிறது. அவனும் முறைத்துக்கொண்டு திரும்பி அமர்ந்து விடுகிறான்.

அதைப் பார்த்ததும் அவனுடைய காதலி பதறிப்போகிறாள். 'அச்சச்சோ, நான் ஏதோ உங்கள்மீது கோபம் இருப்பதுபோல் நடித்தேன். சும்மா விளையாடினேன். அதைப்போய் நீங்கள் நிஜம் என்று நம்பிவிட்டீர் களே!' என்கிறாள்.

ஆனால், இதைக் கேட்டபிறகும் பாண்டியனிடம் எந்த அசைவும் இல்லை. அவன் அப்படியேதான் அமர்ந்திருக்கிறான்.

அவள் அவனுடைய தாடையைப் பிடித்துக் கெ(ா)ஞ்சுகிறாள். 'என் ராசா, கோவப்படாம மறுபடி என்னோட பேசுவியாம். சரியா?'

இப்படி அவள் எத்தனை முயன்றும், அவன் அசையவே இல்லை. கோபம் குறையாமலேதான் இருக்கிறான்.

இப்படியாக, இவளுடைய ஊடலைத் தணிக்க அவன் முயற்சி செய்ய, பின்னர், அவனுடைய ஊடலைத் தணிக்க இவள் முயற்சி செய்ய, ஒருவருக்கொருவர் முறைத்துக்கொண்டு, சமாதானமாகிக்கொண்ட இந்தப் போராட்டத்திலேயே இரவு கழிந்து, பொழுது விடிந்துவிட்டது.

உற்சாகமாகக் கழிந்திருக்கவேண்டிய இரவுப் பொழுது, இந்த ஊடல் சமாச்சாரத்தால் பாழாகிவிட்டது.

இப்போது, அந்தக் காதலி தனியே புலம்புகிறாள். 'தேன் ஊறும் மலர்களைப் பறித்துத் தொடுத்த மாலையை அணிந்தவன் என் காதலன் பாண்டியன். அவனுடைய குளிர்ச்சியான சந்தனம் பூசிய அழகிய மார்பைத் தழுவாமலேயே இந்த இரவு இப்படி வீணாகிவிட்டதே!'

யான்ஊடத் தான்உணர்த்த யான்உணரா விட்டதன்பின்,
தான்ஊட யான்உணர்த்தத் தான்உணரான் தேன்ஊறு
கொய்தார் வழுதி குளிர்சாந்து அணிஅகலம்
எய்தாது இராக்கழிந்த வாறு.

ஊடுதல்	-	பொய்க் கோபம் கொள்ளுதல்
உணர்த்துதல்	-	அந்தப் பொய்க்கோபத்தைத் தணிக்க முயற்சி செய்தல்
தார்	-	மாலை
சாந்து	-	சந்தனம்
அணி அகலம்	-	அழகிய மார்பு
எய்தாது	-	அடையாமல்

98

உதவிக்கு வந்த உறவு

நமக்கு ஒரு கஷ்டம் வரும்போது, யார் உடனடியாக உதவி செய்வார்கள்?

நண்பர்களா? அல்லது, உறவினர்களா? அல்லது, மற்றவர்களா?

நிஜத்தில் எப்படியோ தெரியாது. இதுபோன்ற சிரம சந்தர்ப்பங்களில் யார் கை கொடுக்காவிட்டாலும், நமது உறவினர்கள்தான் நமக்குப் பக்கபலமாக இருந்து உதவுவார்கள் என்று சில பழைய வாசகங்களும் நம்பிக்கையும் இருக்கிறது. 'தான் ஆடாவிட்டாலும், சதை ஆடும்' என்று தமிழிலும், 'Blood is thicker than water' என்று ஆங்கிலத்திலும் சொல்வார்கள்!

இந்தப் பாடலில், அந்த வாசகங்களைச் சுட்டிக்காட்டி, அதற்கு நிரூபணமும் சொல்கிறாள் ஒரு பெண். 'ஒளி வீசும் ஆபரணங்களை அணிந்த என் தோழி, நான் இன்றைக்கு ஒரு முக்கியமான உண்மையைக் கண்டுகொண்டேன்' என்கிறாள் அந்தப் பெண். அவள் முகத்தில் மகிழ்ச்சி பரவிக் கிடக்கிறது.

அதைப் பார்த்தவுடன், அவளுடைய தோழிக்கும் அந்த உற்சாகம் தொற்றிக்கொள்கிறது, 'அப்படி என்ன பெரிய உண்மையைக் கண்டு கொண்டாய்?' என்று ஆர்வத்தோடு விசாரிக்கிறாள்.

'கஷ்டகாலத்தில், யார் நமக்கு உதவி செய்யாவிட்டாலும், நமது உறவினர்கள்தான் நமக்கு உதவுவார்கள் என்று ஒரு பழைய வாசகம் உண்டு. அது பொய்யில்லை. உண்மைதான் என்று நான் புரிந்து கொண்டேன்.'

'அது எப்படி?'

'சொல்கிறேன் கேள்!' என்றவள் தன் கைகளை முன்னே நீட்டுகிறாள். 'என் காதலன், வைகை ஆற்றின் தலைவன் பாண்டியனைப் பிரிந்த ஏக்கத்தில் நான் தவித்திருக்க, என் உடல் தானாக மெலிந்துபோனது. இந்தச் சங்கு வளையல்கள் என் கையை விட்டுக் கழன்று கீழே விழப் பார்த்தன.சரியாக அதே நேரத்தில்தான், சாலையில் என் பாண்டியன் வீதி உலா வந்தான். அதை அறிவிப்பதற்காக வலம்புரிச் சங்கு ஒலித்தது. அந்தச் சத்தம் கேட்டதும், அவன் வருகிறான் என்கிற சேதி அறிந்ததும், என்னுடைய மனமும் உடலும் சரியாகிவிட்டது. வளையலும் கீழே விழாமல் தப்பிவிட்டது!'

அவள் பரவசத்துடன் சொல்லிமுடிக்க, தோழிக்கு பயங்கர குழப்பம். 'இதற்கும், நீ முன்பு சொன்னதற்கும் என்னடீ சம்பந்தம்?' என்று அதட்டுகிறாள்.

'சம்பந்தம் இருக்கிறது தோழி. என் கையில் உள்ள நீண்ட வளையல்கள் சங்கினால் செய்யப்பட்டவை. இல்லையா?' என்று கேட்கிறாள் பாண்டியன் காதலி.

'ஆமாம், அதற்கு என்ன இப்போது?'

'அப்படியானால், பாண்டியனின் வலம்புரிச் சங்கும், என் கையில் உள்ள வளையல் சங்குகளும் ஒருவிதத்தில் உறவினர்கள்தானே?'

'உண்மைதான்' இன்னும் நிச்சயமில்லாத மனத்துடன் தலையாட்டு கிறாள் தோழி.

'அதனால்தான் சொல்கிறேன். பாண்டியனைப் பார்க்காமல் நான் மேலும்மேலும் மெலிந்துகொண்டேபோனால், என்னுடைய சங்கு வளையல்கள் கீழே விழுந்து உடைந்துவிடுமோ என்று அந்த வலம்புரிச் சங்குக்குப் பயம். தன்னுடைய உறவுக்காரர்களாகிய இந்த வளையல்கள் உடைந்துவிடக்கூடாதே என்கிற பதற்றத்தில், சரியான நேரம் பார்த்து ஒலித்தது, என்னையும் இந்த வளையல்களையும் காப்பாற்றிவிட்டது!'

செய்யார் எனினும் தமர்செய்வர் என்னும்சொல்
மெய்யாதல் கண்டேன் விளங்கிழாய் கைஆர்
வரிவளை நின்றன வையையார் கோமான்
புரிவளை போந்துஇயம்பக் கேட்டு.

செய்யார்	-	(உதவி) செய்யமாட்டார்கள்
தமர்	-	தமக்கு உரியவர்கள் / உறவினர்கள்
விளங்கிழாய்	-	ஒளி மிகுந்த ஆபரணங்களை அணிந்த பெண்ணே
ஆர்	-	நிறைந்துள்ள
வரி வளை	-	நீண்ட வளையல்கள்
வையையார்	-	வைகை ஆறு
புரிவளை	-	வலம்புரிச் சங்கு
போந்து	-	வந்து
இயம்ப	-	சொல்ல

99

சாவித்துளைக்கு நன்றி!

இப்போதெல்லாம் வீடுகளின் கதவுகளில் சிறியதாக ஒரு துளை வைத்து, அதில் ஒரு கண்ணாடியும் பொருத்துகிறார்கள். அதன்வழியே பார்த்தால், கதவைத் திறக்காமலேயே வெளியில் நிற்பவர் யார் என்று தெரிந்துகொள்ளலாம்.

இதனால் என்ன பிரயோஜனம்? முக்கியமாக, திருடர்கள் யாரும் உள்ளே நுழைந்துவிடாதபடி பாதுகாப்பு. அதேபோல், விரும்பாத நபர்கள் யாரேனும் வந்தால் சத்தம் காட்டாமல் கமுக்கமாக இருந்து விடலாம். கதவைத் திறக்கவேண்டியதில்லை. நமக்கு வேண்டிய ஆள்கள் வந்தால்மட்டும் கதவைத் திறக்கலாம்.

இப்போது, கணீரென்று அழைப்பு மணிச் சத்தம் கேட்கிறதா? சட்டென்று கதவைத் திறந்துவிடக்கூடாது. லென்ஸ்வழியே ஊன்றிப் பார்க்கவேண்டும். வந்திருப்பவர் யார் என்று தெரிந்துகொள்ள வேண்டும். பிறகு, இவரை உள்ளே அனுமதிக்கதான் வேண்டுமா என்று சிந்தித்துப்பார்க்கவேண்டும். எப்போது வந்தாலும் கையில் அரை மூட்டை மாம்பழத்தோடு வருகிற கிராமத்து மாமாவா? ஆஹா, கதவை அகலத் திற! எப்போதும் வம்புப் பேச்சுக்கு அலையும், அரை கரண்டி காபிப் பொடி கடன் கேட்கப்போகும் பங்கஜ மாமியா? வந்த சுவடு

தெரியாமல் பின்னே நகர்ந்து மறைந்துவிடு. அழைப்பு மணியை அழுத்தி, அழுத்தி, விரல் தேயட்டும், வெறுத்துப்போகட்டும்.

இப்படியாக, தவிர்க்கவேண்டியவர்களை அடையாளம் கண்டுகொள்வதற்காகப் பொருத்தப்படுகிற இந்தக் கதவுத் துளையை, இங்கே ஒரு பெண், பாண்டியனின் காதலி, வேறுவிதமாகப் பயன்படுத்துகிறாள்.

பாண்டியன் காலத்திலும் கதவில் கண்ணாடித் துளை உண்டா என்று யோசிக்கவேண்டாம். இது சாவித் துளை!

அரசன் பாண்டியன் வீதி உலா வரும்போது, அவனைப் பார்த்து மனத்தைப் பறிகொடுக்கும் பெண்கள் ஏராளம். ஆகவே, அவன் உலாக் கிளம்புகிறான் என்று கேள்விப்பட்டதுமே ஊரில் இருக்கிற வயதுப் பெண்களின் அம்மாக்களுக்கெல்லாம் பெரும் பதற்றமாகிவிடும். தங்களின் மகள்கள் பாண்டியனின்மீது காதலில் விழுந்துவிடாமல் காப்பாற்றியாக வேண்டும் என்று அவசரமாகக் கிளம்புகிறார்கள், அந்தப் பெண்களை வீட்டினுள் இழுத்துப் பூட்டிவிடுகிறார்கள்.

தடுக்கத் தடுக்க, ஒரு விஷயத்தின்மீது ஆர்வம் அதிகமாகும் என்று சொல்வார்கள். அதுபோல, வீட்டினுள் சிறைவைக்கப்பட்ட இந்தப் பெண்ணின் பருவ மனது பாண்டியனை எப்படியாவது பார்த்தாக வேண்டும் என்று தீர்மானம் செய்துகொள்கிறது.

நெடுநேரம் யோசித்தபிறகு, அதற்கும் ஒரு வழி கிடைக்கிறது. அம்மா இல்லாதபோது, கதவின் சாவித் துளை வழியே பாண்டியனைக் கண்ணாரப் பார்த்து மகிழ்கிறாள் அவள்.

'ஆஹா, நான் பாண்டியனின் அழகைப் பார்த்து ரசிப்பதற்காகவே கதவில் இப்படி வசதியாகத் துளை செய்து வைத்திருக்கிற தச்சருக்கு நன்றி. இந்தக் கதவைச் செய்த தச்சர் யாரோ, எவரோ, தெரியாது. ஆனால், அவர் எனக்குச் செய்திருக்கும் இந்த உதவிக்கு, நான் அவருக்கு என்ன கைம்மாறு செய்யப்போகிறேன்?'' என்று உரக்கக் கூவுகிறாள் அவள்.

> காப்புஅடங்குஎன்று அன்னை கடிமனை இற்செறித்து
> யாப்புஅடங்க ஓடி அடைத்தபின் மாக்கடுங்கோன்
> நன்னலம் காணக் கதவந்துளை தொட்டார்க்கு
> என்னைகொல் கைம்மாறு இனி?

காப்பு	-	காவல்
கடிமனை	-	காவல் நிறைந்த வீடு
இற்செறித்து	-	வீட்டினுள் அடைத்துவைத்தல்
யாப்பு	-	கட்டு
தொட்டார்	-	தோண்டினார் / தோண்டியவர்

100

ஓரமாக நடந்து வா

அவள், பாண்டியனின் காதலி.

'காதலி' என்று நாம் அவளைச் சுலபமாக அங்கீகரித்துவிட்டோம். ஆனால், பாண்டியன் இன்னும் அவளைப் பார்க்கக்கூட இல்லை. அன்றாடம் அவன் வீதி உலா வரும்போது, அவனை ஏக்கமாகப் பார்த்துக் காதல் வயப்பட்ட ஏராளமான பெண்களில் அவளும் ஒருத்தி. கொஞ்சம் பச்சையாகச் சொல்வதானால், 'ஒரு தலை'க் காதலி.

அந்த ஒரு தலைக் காதலி, பாண்டியனை தினந்தோறும் பார்த்து மகிழ்கிறாள். இதைக் கவனித்த அவளுடைய அம்மா, 'அச்சச்சோ, இந்தக் காதல் ஆபத்தாச்சே' என்று பதறிப்போகிறாள். மகளை வீட்டினுள் அடைத்துப் பூட்டிவிடுகிறாள்.

இந்தப் பெண் தவிக்கிறாள். அழுது புரள்கிறாள். 'அம்மா, நீ என்னை நாள்முழுக்க வீட்டுக்குள் அடைத்துக்கொள். எனக்கு எந்த ஆட்சேபணையும் இல்லை. ஆனால், தயவுசெய்து, என் மனம் கவர்ந்த பாண்டியன் வீதி உலா வரும்போதுமட்டும் அவனைக் கண்ணாரப் பார்ப்பதற்காக என்னை வெளியே அனுமதித்துவிடு' என்று கெஞ்சுகிறாள்.

'அவனைப் பார்க்காவிட்டால் நான் செத்துப்போய்விடுவேன்' என்றுகூட மிரட்டுகிறாள்.

ஆனால், கண்டிப்பான அவளுடைய அம்மா இந்த பயமுறுத்தலுக்கும் கெஞ்சலுக்கும் இரங்கவில்லை. பூட்டிய கதவைத் திறக்க மறுத்துவிடுகிறாள்.

சோகத்துடன் தவித்திருக்கிறாள் அந்தப் பெண். பாண்டியன் உலா வரும் நேரம் நெருங்குகிறது. அவனைப் பார்க்கமுடியாமல் போய்விடுமோ என்று நினைக்கையில் அவளுடைய உடம்பெல்லாம் நடுங்குகிறது.

அப்போதுதான், அவளுக்கு ஓர் அருமையான யோசனை தோன்றுகிறது. கதவு பூட்டியிருந்தால் என்ன? ஜன்னல் இருக்கிறதே, அதன்வழியே பாண்டியனைப் பார்த்து ரசிக்கலாமே!

ஆனால், அதிலும் ஒரு பிரச்னை. சாலையில் பாண்டியன் வருவது இங்கிருந்து பார்த்தால் தெரியுமோ, தெரியாதோ ... அவளுக்குத் தெரியவில்லை.

ஆகவே, அதற்கும் ஒரு வழி கண்டுபிடிக்கிறாள் அவள். வீதி உலாவின் போது பாண்டியன் பவனி வரும் பெண் யானையைத் தன்னுடைய பாடலால் அழைத்து, அதற்கு ஒரு கோரிக்கை விடுக்கிறாள்.

'உடுக்கை போன்ற பாதங்களை உடைய பெண் யானையே! கேடயத்தைப்போன்ற காதுகளையும் தொங்குகின்ற தும்பிக்கையும் உடையவளே!'

சிரிக்காதீர்கள். ஒரு யானையை வேறு எப்படிப் புகழ்ந்து பாடமுடியும்? என்னதான் யானை என்றாலும், அதுவும் ஒரு பெண்தானே? அதன் அழகைக் கொஞ்சம் புகழ்ந்து உச்சிகுளிரச் செய்தால்தானே நம்முடைய வேலை ஒழுங்காக நடக்கும்? அந்த மனோதத்துவம் பாண்டியனின் காதலிக்குத் தெரிந்திருக்கிறது!

அவளுடைய புகழ்ச்சி வர்ணனைகளைக் கேட்ட யானை, மெல்லமாகத் தலையசைத்துச் சிரிக்கிறது, 'சரி, சரி, என்ன விஷயம், சீக்கிரம் சொல்' என்கிறது.

'பெரிதாக ஒன்றுமில்லை. உன்னால் ஓர் உதவி ஆகவேண்டியிருக்கிறது. கெஞ்சிக் கேட்கிறேன்' என்கிறாள் அவள்.

'என்ன உதவி?'

'மலர்ந்து மணம் வீசும் பூக்களைத் தொடுத்து மாலையாக அணிந்தவன், சிவந்த என் காதலன், பாண்டியன். நீதான் தினந்தோறும் அவனைச் சுமந்துகொண்டு வீதி உலா வருகிறாய்.'

'ஆமாம். அதற்கு என்ன?'

'இன்றைக்கு அப்படி உலா வரும்போது, பாதையின் மையத்தில் நடக்காதே. கொஞ்சம் எங்கள் வீட்டு ஜன்னலை ஒட்டியதுபோல் ஓரமாகவே நடந்து வா. நீமட்டும் எனக்கு இந்த உதவியைச் செய்தால், நான் எந்தச் சிரமமும் இல்லாமல் இங்கிருந்தபடியே என்னுடைய காதலனைக் கண்ணாரப் பார்த்து மகிழ்வேன். செய்வாயா?' என்று கெஞ்சல் தொனியில் வேண்டுகிறாள் அவள்.

துடிஅடித் தோல்செவித் தூங்குகை நால்வாய்ப்
பிடியே,யான் நின்னை இரப்பல் கடிகமழ்தார்
சேலேக வண்ணனொடு சேரி புகுதலும்எம்
சாலேகம் சார நட.

துடி	-	உடுக்கை
அடி	-	பாதம்
தோல்	-	கேடயம்
தூங்கு கை	-	தொங்கும் துதிக்கை
நால்வாய்	-	யானை
பிடி	-	பெண் யானை
இரப்பல்	-	கெஞ்சுவேன்
கடி கமழ் தார்	-	அதிகமாய் மணம் வீசும் மாலை
சேலேக வண்ணன்	-	சிவந்த நிறம் கொண்டவன்
சாலேகம்	-	ஜன்னல்
சார	-	பக்கமாய் / ஒட்டியதுபோல்

101

(மறுபடியும்) மெல்ல நட

தனது நீண்ட, நல்ல வேலினால் பகைவர்களைக் குத்திக் கொன்று, அவர்களின் இறைச்சி ஒட்டியிருக்கும் வேலைக் கையில் ஏந்தியிருக்கிற அரசன் பாண்டியன். அவனைச் சுமந்து செல்லும் யானையிடம் கெஞ்சலாக ஒரு கோரிக்கை விடுத்த பெண்ணைச் சென்ற பாடலில் சந்தித்தோம்.

அந்தப் பெண்ணின் கோரிக்கைக்குப் பாண்டியனின் யானை இணங்கியதா? அது நமக்குத் தெரியவில்லை. ஆனால் இந்தப் பாடலில், வேறொரு பெண் அந்தப் பெண் யானையைக் கடுமையாகக் கோபித்துக்கொள்கிறாள்.

'ஏம்மா, என்னைப்போலவே நீயும் ஒரு பெண்தானே? ஆனால், அந்தப் பெண்மைக்கு உரிய அடக்கம் உன்னிடம் இல்லையே' என்று யானையை அதட்டுகிற இவளும், பாண்டியனின் (இன்னொரு) காதலிதான்.

ஆனால், அந்த யானைக்கு இந்த விவரமெல்லாம் தெரியாது. ஆகவே, 'யார் இந்தப் பெண்? திடீரென்று எங்கிருந்து முளைத்தாள்? ஏன் இப்படி நம்மைத் திட்டுகிறாள்?' என்று திகைத்து நிற்கிறது.

அந்தப் பெண் தொடர்ந்து பேசுகிறாள். 'எங்கள் கூடல் (மதுரை) நகரின் அரசன் பாண்டியனைச் சுமந்துகொண்டு தினசரி உலா வருகிறாயே.

அப்போது நீ ஏன் விறுவிறுவென்று வேகமாக நடக்கிறாய்? கொஞ்சம் மெதுவாக நடக்கக்கூடாதா?'

அவள் இப்படிச் சொன்னதும், அந்த யானைக்கு எல்லா விவரமும் புரிந்துவிட்டது. யானை மெதுவாக நடந்தால்தான் பாண்டியனின் வீதி உலா அதிக நேரம் நடைபெறும். அப்போதுதான் இந்தப் பெண் பாண்டியனை அதிக நேரம் பார்த்து ரசிக்கமுடியும்.

'ஓஹோ, அப்படியா சமாச்சாரம்!' என்று நினைத்துக்கொண்ட அந்தப் பெண் யானை, அவள்மீது குறும்பான பார்வை ஒன்றை வீசுகிறது. 'ஏன்? நான் வேகமாக நடந்தால் உனக்கு என்னவாம்?', என்று கிண்டலாகக் கேட்கிறது.

'மெதுவாகவும் மென்மையாகவும் நடப்பதுதான் பெண்களுக்கு அழகு' என்கிறாள் அவள்.

'இட்ட அடி நோக, எடுத்த அடி கொப்புளிக்க ... என்றெல்லாம் பாடல்களில் வர்ணிப்பார்களே, நீ கேட்டதில்லையா?'

'இல்லை. நீ என்ன வேண்டுமானால் சொல்லிவிட்டுப் போ, நான் அப்படிதான் வேகமாக நடப்பேன்.'

'ஐயோ, அதெல்லாம் தப்பு. நீ மெதுவாகதான் நடக்கவேண்டும்.' என்று பதற்றமாகச் சொல்கிறாள் அந்தப் பெண்.

'அதுதான் ஏன் என்று கேட்கிறேன்' குறும்பும் சிரிப்பும் கொஞ்சமும் குறையாமல் கேட்கிறது யானை.

'நீ மெதுவாக நடந்தால்தானே, நான் என் பாண்டியனை அதிக நேரம் பார்த்து ரசிக்கமுடியும்?' என்று தொண்டைவரை வந்துவிட்ட பதிலை அடக்கிக்கொண்டு, 'மெதுவாக நடப்பதுதான் பெண்களின் இயல்பு. இப்படித் தரையதிர வேகமாக நடந்தால், நீ ஒரு பெண்தானா என்று எல்லோரும் சந்தேகப்பட ஆரம்பித்துவிடுவார்கள்' என்கிறாள் பாண்டியன் காதலி.

பாண்டியனைச் சுமந்துகொண்டு நடப்பது ஒரு பெருமைதான். ஆனால் அதற்காக அந்த யானைகள் இப்படிப் பல பேரின் திட்டுகளை, போலி அக்கறையையெல்லாம் சந்திக்கவேண்டியிருக்கிறது.

(இந்தச் சோதனை, பாண்டியனின் யானைக்குமட்டுமில்லை, சோழனின் யானைக்கும்தான். ஏற்கெனவே நாம் பார்த்த 34வது முத்தொள்ளாயிரப் பாடலை நினைவுபடுத்திப்பாருங்கள்.)

எலாஅ மடப்பிடியே எம்கூடற் கோமான்
புலாஅல் நெடுநல்வேல் மாறன் உலாஅங்கால்
பைய நடக்கவும் தேற்றாயேல் நின்பெண்மை
ஐயப் படுவது உடைத்து

எலாஅ	- -	அழைப்பு
பிடி	-	பெண் யானை
புலா(அ)ல்	-	இறைச்சி
உலாஅங்கால்	-	உலா வரும்போது
பைய	-	மெதுவாக

102

குதிரையே, ஓடாதே

சென்ற பாடலில் யானை, இந்தப் பாடலில் குதிரை.

பாண்டியனின் குதிரை தெருவழியே தேமே என்று நடந்து கொண்டிருக்கிறது. திடீரென்று ஒரு பெண் அதை வழிமறித்துக் கூச்சலிடுகிறாள். 'ஏய் முரட்டுக் குதிரையே, பாண்டியனைச் சுமந்துகொண்டு போகும்போது, ஏன் இப்படி அதிவேகமாகப் பறக்கிறாய்? இது என்ன போர்க்களமா? நம் பாண்டிய நாடுதானே? இங்கே ஏதும் ஆபத்து இல்லையே? பிறகு ஏன் போர்க்களத்தில் பாய்வதுபோல் மின்னல் வேகத்தில் ஓடுகிறாய்? கொஞ்சம் மெதுவாக நடக்கக்கூடாதா?'

இப்படிச் சொல்லிவிட்டு, அந்தப் பெண் சற்றே கெஞ்சல் பாவனையில் தொடர்ந்து பேசுகிறாள். 'பாண்டியன் உலா வரும்போதெல்லாம் அவனைப் பார்க்கக்கூடாது என்று சொல்லி என் அம்மா என்னை வீட்டுக்குள் அடைத்துவிடுகிறாள். இதேபோல் இந்த ஊரில் பாண்டியனுக்கு ஏகப்பட்ட காதலிகள். எல்லோரும் இப்படிதான் வீட்டில் சிறைப்பட்டுக் கிடக்கிறோம். எங்களுக்கெல்லாம் உன்னுடைய உதவி தேவை.'

'குதிரையே, கூரான வேல், மதம் பிடித்த, கோபமான யானைகளையெல்லாம் கொண்ட பாண்டியன் உன்மீது சவாரி செய்யும்போது, தயவுசெய்து, எங்களுக்காகக் கொஞ்சம் மெதுவாகவே நடைபோட்டுவா. உன் புண்ணியத்தில் நாங்கள் பாண்டியனை நிதானமாக தரிசிக்கிறோம். அவனுடைய அழகு மார்பை நாங்கள் வீட்டினுள்

இருந்தபடி நன்றாகப் பார்த்து ரசிக்கிறோம், கண்களிலும் மனத்தினுள்ளும் அவனைச் சிறைப்பிடித்துக் கொள்கிறோம்!'

போர்அகத்துப் பாயுமா பாயாது உபாயமா
ஊர்அகத்து மெல்ல நடவாயோ கூர்வேல்
மதிவெம் களியானை மாறன்தன் மார்பம்
கதவம்கொண்டு யாமும் தொழ.

பாயுமா	-	பாய்வதுபோல்
உபாயமா	-	உதவியாக / நாங்கள் பார்ப்பதற்கு வசதியாக
மதிவெம்களியானை	-	மதம் பிடித்து, அதனால் புத்தி கெட்டுத் திரிந்த, கோபமான யானை
கதவம்கொண்டு	-	கதவின் அருகே நின்றபடி

103

புழுதி ஓவியம்

கவிஞர். வாலி எழுதிய ஒரு புதுக்கவிதை, பின்னர் ஒரு திரைப் படத்திலும் வாசிக்கப்பட்டது:

நான்
உன் நிஜத்தை நேசிக்கிறேன்,
நிழலையோ பூஜிக்கிறேன்.
அதனால்தான்,
உன் நிழல் விழுந்த இடத்தின் மண்ணைக்கூட
நெற்றியில் நீறுபோல்,
திருநீறுபோல் இட்டுக்கொள்கிறேன்!

இந்தப் பாடலின் காதலி, காதலனின் நிழல் விழுந்த மண்ணைப் பொக்கிஷமாக மதிக்கிறாள். நெற்றியில் திருநீறுபோல் பூசிக்கொள்கிறாள்.

இதெல்லாம் வெறும் காதல் பிதற்றல் என்று நினைக்காதீர்கள். இவளுக்கு ஒரு பழைய முன்னோடி இருக்கிறாள். அவள்தான் இந்த முத்தொள்ளாயிரப் பாடலின் நாயகி.

இந்தப் பெண் பாண்டியனைக் காதலிக்கிறவள். அவள் வாழும் இடத்தைப் பாண்டியன் கடந்து சென்றதும், அவனுடைய குதிரையின் காலடி பட்ட மண்ணை எடுத்து வைத்துக்கொண்டு உற்சாகமாகக் கூத்தாடுகிறாள்.

'வயலில் பூத்த மலர்களைத் தொடுத்து, அழகான வட்ட மாலையாகச் செய்து, அதைத் தன்னுடைய மார்பில் அணிந்துகொண்டவன் என் காதலன் பாண்டியன். அவனைத் தங்கத் தேரில் அழைத்துவரும் குதிரையின் பெயர் கனவட்டம்.'

'குதிரையே, பாண்டியனைச் சுமந்த உன்னுடைய காலில் பட்டுத் தெறித்த அந்தப் புழுதிகூட எனக்கு உயர்வானதுதான்!'

காதலனோ, அவனுடைய குதிரையோ மிதித்துச் சென்ற புழுதியை உயர்வாக நினைப்பதெல்லாம் சரிதான். ஆனால், அந்தப் புழுதியை வைத்துக்கொண்டு என்ன செய்வது? அதுதான் அவளுக்கும் தெரியவில்லை. ஆனந்த பரவசத்தில் என்னென்னவோ கற்பனைகள் செய்கிறாள்:

'என் காதலன் தொட்டுப் புனிதமாக்கிய இந்தப் புழுதியை நான் என்ன செய்வேன்? அப்படியே அந்தப் புழுதியில் புரண்டு ஆடட்டுமா? அல்லது உடம்பெங்கும் அதைப் பூசிக்கொள்ளட்டுமா? அல்லது அதை என் தலையில் பூவுக்கு பதிலாகச் சூடிக்கொள்ளட்டுமா?'

இப்படிப் பலவிதமாகக் கற்பனை செய்தபிறகு, அவளுக்கு ஓர் அபாரமான யோசனை தோன்றுகிறது. 'பேசாமல், இந்தப் புழுதியில் தண்ணீரும் நறுமணப் பொருள்களும் கலந்து, வண்ணக் குழம்புபோல் ஆக்கி, பூ இதழால் தூரிகை செய்து, அதைத் தொட்டுத்தொட்டு என் மார்பில் அவன் உருவத்தை ஓவியமாக வரைந்துகொள்ளட்டுமா?'

> ஆடுகோ சூடுகோ ஐதார் கலந்துகொண்டு
> ஏடுகோ டாக எழுதுகோ நீடு
> புனவட்டப் பூந்தெரியல் பொன்தேர் வழுதி
> கனவட்டம் கால்குடைந்த நீறு.

ஆடுகோ	-	ஆடுவதா?
ஐது	-	அழகு / ஐதா - இளகிய
ஏடு	-	பூ இதழ்
கோடு	-	எழுதும் கொம்பு / தந்தம்
நீடு	-	நீளமான
புனம்	-	வயல்
பூந்தெரியல்	-	மலர் மாலை
கனவட்டம்	-	பாண்டியனின் குதிரை
கால்குடைந்த	-	கால் பட்ட
நீறு	-	சாம்பல் / தூசு

பூக்கொம்புக் காதல்

சாதாரணமாக, பெண்கள் தங்களின் காதல் உணர்ச்சிகளை வெளிப் படையாகச் சொல்வதில்லை என்று ஒரு கணிப்பு அல்லது கவனிப்பு அல்லது ஆதங்கம் அல்லது குற்றச்சாட்டு உண்டு.

இதற்கு என்ன காரணம்? இந்த முத்தொள்ளாயிரப் பாடல் அதை விளக்க முயல்கிறது.

பூக்கொம்புமாதிரி மென்மையானது பெண்களின் காதல். அத்தனை சீக்கிரத்தில் வெளிப்படுவதில்லை. குடத்தினுள் ஏற்றிவைத்த விளக் கைப்போல அவளுக்குள்ளேயே மறைந்திருக்கும் ஒரு ரகசிய பரவச மாகவே அது இருந்துவிடுகிறது.

ஆனால், இந்தச் சாத்வீகமெல்லாம் பூக்களைத் தொடுத்து மாலையாக அணிந்த அழகன் பாண்டியன் தனது அரண்மனைக்குள் இருக்கும்வரை தான். அவன் வெளியே உலாச் செல்லக் கிளம்பிவிட்டால், சட்டென்று இந்தப் பெண்களின் குணம் மாறிவிடுகிறது. அவர்களுக்குள் ஏற் கெனவே இருந்த, ஆனால் அவர்கள் வெகு கவனமாக மறைத்து வைத்திருந்த காதல் உணர்வுகள் அனைத்தும், எல்லோரும் அறியும்படி வெளிப்படத் தொடங்கிவிடுகிறது.

அதேசமயம், இதில் வேறோர் ஆபத்தும் உண்டு.

பசுக்கள் கூட்டமாகச் சென்று, மேய்ந்து திரும்புகிற அழகான மலையில் காட்டுத் தீ பற்றிவிட்டால் போச்சு. அது மிகவேகமாக எல்லா இடங் களுக்கும் பரவும். அதுபோல, அந்தப் பெண்கள் தங்கள் மனத்தில் உள்ள காதலை வெளிப்படுத்திய மறுவிநாடி, அவர்களைப்பற்றிய வதந்திகளும் பழிச்சொற்களும் ஊர்முழுக்க உலவத்தொடங்குகிறது. அந்த ஊரில் இருக்கிற உத்தமர்கள் எல்லோரும் ஒரு கட்சியில் சேர்ந்து கொண்டு, காதல் என்பது பெருங்குற்றம் என்பதாக வாதிடுகிறார்கள். இந்தப் பெண்களைப் பற்றித் தவறாகப் பேசஆரம்பித்துவிடுகிறார்கள்.

இப்படியாக, 'நீங்கள் உங்கள் காதல் உணர்ச்சிகளை வெளிப்படையாகத் தெரிவித்தால், நாங்கள் உங்களைப்பற்றி வதந்தி பேசுவோம்' என்று சமுதாயம் ஓர் அயோக்கியத்தனமான கொள்கை வைத்திருக்கும்போது, எந்தப் பெண்தான் தனது காதலை வெளியே சொல்ல நினைப்பாள்?

குடத்து விளக்கேபோல் கொம்புஅன்னார் காமம்
புறப்படா பூந்தார் வழுதி புறப்படின்
ஆபுகு மாலை அணிமலையில் தீயேபோல்
நாடுஅறி கௌவை தரும்.

அன்னார் - போன்றவர்கள்
புறப்படுதல் - வெளியே தெரிதல் / தோன்றுதல்
தார் - மாலை
ஆ - மாடுகள்
அணிமலை - அழகிய மலை
கௌவை - பழிச்சொல்

105

பயிரை மேயும் வேலி

'வேலியே பயிரை மேய்ந்த கதை' என்ற ஓர் அவல நிலையை நம் பழமொழிகளில் கேள்விப்பட்டிருக்கிறோம். அந்த (அ) நீதிக்கதைதான், இந்த முத்தொள்ளாயிரப் பாடலில் ஓர் அழகிய காதல் கதையாக மிளிர்கிறது.

'சத்தமிடுகின்ற அலையைக் கொண்ட கறுப்பு நிறக் கடல் சூழந்த கொற்கை நகரத்தின் தலைவன், பாண்டியன். அவனுடைய பிரஜைகளாகிய எங்களைக் காப்பாற்றவேண்டிய கடமை அவனுடையது' என்று பேசத் தொடங்குகிறாள் ஒரு பெண்.

அடுத்த வாக்கியத்தில், அவள் ஒரு வெடிகுண்டு வீசுகிறாள். 'ஆனால், அதே பாண்டியன் எங்களிடம் கொள்ளையடித்துவிட்டுச் செல்கிறான். இப்போது நாங்கள் என்ன செய்வோம்? யாரிடம் சென்று முறையிடுவோம்?' என்று குற்றம் சாட்டுகிறாள்.

என்னது? பாண்டியன் கொள்ளையடித்தானா? எப்போது? எங்கே? யாரை? எப்படி?

அதையும் அவளே விவரமாகச் சொல்கிறாள். 'குற்றமில்லாத எங்கள் வீதியில் ஓர் ஓரமாக நான் ஒதுங்கி நின்றேன். அப்போது, அங்கே உலா வந்தான் அரசன் பாண்டியன். நானும் அவனைப் பணிவாகக் கை கூப்பித் தொழுதேன். அவன் என்னைப் பார்க்காமலே சென்றுவிட்டான்.'

'ஆனால், அப்படி விலகிச் செல்லும்போது அவன் என் மனத்தையும் நலனையும் பறித்துச் சென்றுவிட்டான். அவன் சென்ற கணத்திலிருந்து என் தோள்கள் மெலியஆரம்பித்தன. அழகு கரையத்தொடங்கியது மனம் நிலையில்லாமல் தடுமாறுகிறது.'

'ஐயா, உங்களைப் பார்த்தால் நியாயவானாகத் தெரிகிறீர்கள். நீங்களே ஒரு நீதி சொல்லுங்கள். மக்களைக் காப்பாற்றவேண்டிய அரசனே இப்படி எங்களிடம் கொள்ளையடித்தால் நாங்கள் என்னதான் செய்வோம்?'

வழுஇல்எம் வீதியுள் மாறன் வருங்கால்
தொழுதேனை தோள்நலமும் கொண்டான் இமிழ்திரைக்
கார்க்கடல் கொற்கையார் காவலனும் தானேயால்
யார்க்குஇடுகோ பூசல் இனி?

வழு	-	குற்றம்
தொழுதேனை	-	தொழுத என்னை
இமிழ்	-	ஆரவாரம் / சப்தம்
திரை	-	அலை
கார்	-	கறுப்பு
பூசல்	-	வழக்கு

106

பாரபட்சம் ஏனோ?

'இந்த நாட்டுக்குக் காவலன் பாண்டியன். அப்படியானால், இங்குள்ள எல்லா உயிர்களின் நலனுக்கும் அவன்தான் பொறுப்பு. இல்லையா?' என்று கேட்கிறாள் ஒரு பெண்.

'ஆமாம், ஏன் அப்படிக் கேட்கிறாய்?' புரியாமல் விசாரிக்கிறாள் அவளுடைய தோழி.

'குறுக்குக் கேள்விகளெல்லாம் வேண்டாம். முதலில், நான் கேட்பதற்கு நீ பதில் சொல்' மிகவும் கறாராகப் பேசுகிறாள் அந்தப் பெண். 'பாண்டியனின் ஆளுகைக்கு உள்பட்ட அந்த உயிர்களின் பட்டியலில், நானும் உண்டுதானே? என்னுடைய உயிருக்கும் அவன்தானே பொறுப்பு?'

'ஆமாம்' மெல்லமாகத் தலையாட்டும் தோழியின் முகத்தில் இன்னும் குழப்பம் குறையவில்லை.

'இந்த நாட்டு மக்களெல்லாம் செங்கோல் வழுவாத அரசன் என்று பாண்டியனைப் பாராட்டுகிறார்கள். அது உண்மைதானே?'

'ஆமாம், அதற்கு என்ன வந்தது இப்போது?' என்று சிடுசிடுப்புடன் சொன்ன தோழி 'இன்றைக்கு என்ன ஆயிற்று உனக்கு? ஏன் இப்படிக் கேள்விகளாக அடுக்கிக்கொண்டிருக்கிறாய்?' என்று எரிச்சலாக விசாரிக்கிறாள்.

'இன்னும் ஒரே ஒரு கேள்வி, அதற்குமட்டும் பதில் சொல்லிவிடு. எல்லோருக்கும் நன்மை செய்து நல்லாட்சி நடத்தும் மன்னன் என்று புகழைப் பெற்றிருக்கும் இந்தப் பாண்டியன், எனக்கு மட்டும் தீமை செய்கிறானே, அது ஏன்?' என்று கேட்கிறாள்.

'பாண்டியன் உனக்குத் தீமை செய்கிறானா? என்னடி உளறுகிறாய்?' தோழியின் குரலில் பாதி பதற்றம், மீதி ஆர்வம். 'நீ அவனைக் காதலிக் கிறாய் என்றல்லவா நான் நினைத்துக்கொண்டிருக்கிறேன்?'

'நான் காதலித்து என்னடி புண்ணியம்?' சலிப்போடு சொல்கிறாள் அவளது தோழி. 'அவன் என்னைத் திரும்பியும் பார்ப்பதில்லை. என் காதலை ஏற்பதுமில்லை. என்னோடு நாலு வார்த்தை நல்லவிதமாகப் பேசுவதுமில்லை' வேதனையுடன் பெருமூச்சு விடுகிறாள் அவள் 'அந்தப் பாண்டியனை நல்ல அரசன் என்று எல்லோரும் பாராட்டு கிறார்கள். ஆனால் அவன், மற்ற மக்களுக்கு நல்லது செய்கிறான். என்னைமட்டும் அலட்சியப்படுத்துவதுமாக இருக்கிறான். இப்படித் தன்னுடைய ஆட்சிக்கு உள்பட்டவர்கள் எல்லோரையும் சமமாக நடத்தாமல், சிலருக்குப் பால் தருவதும், சிலருக்கு வெறும் தண்ணீர் தருவதுமாகப் பாரபட்சம் காட்டுகிறவன்தான் நல்ல அரசனா? நீயே சொல்!'

மன்னுயிர் காவல் தனதுஆன அவ்உயிருள்
என்உயிரும் எண்ணப் படுமாயின் என்உயிர்க்கே
சீர்ஒழுகு செங்கோற் செழியற்கே தக்கதோ
நீர்ஒழுகப் பால்ஒழுகா வாறு.

மன்னுயிர்	-	ஆன்மா / ஜீவன் / உயிர்
சீர்	-	சிறப்பு
தக்கதோ	-	தகுதியானதா?
ஒழுகுதல்	-	வழங்குதல்

107

சாதாரணப் பெண்ணின் ஆசை

சென்ற பாடலின் தொடர்ச்சியைப்போலவே இந்தப் பாடல் அமைந்துள்ளது.

'அந்தப் பாண்டியன், வானத்துக்குக் கீழுள்ள இந்தப் பூவுலகம் மொத்தத்தையும் தனி ஒருவனாக ஆட்சி செய்பவன். வெண்கொற்றக் குடையின்கீழ் நல்லாட்சி நடத்தி இந்த பூமியைக் காப்பவன்' என்று வர்ணிக்கிறாள் பாண்டியனின் காதலி ஒருத்தி.

அடுத்து, அவள் தன்னைப்பற்றிச் சொல்லிக்கொள்கிறாள். 'அவனோடு ஒப்பிடுகையில், நான் ஒரு சாதாரணப் பெண். மிக மிக எளியவள், யாரையும் எதிர்த்துப் போராட இயலாத பெண். இல்லையா?'

'என்னுடைய நிலைமை இப்படியிருக்க, ஈரமான, குளிர்ச்சியான மலர்களைத் தொடுத்து, மாலையாக அணிந்த அந்தப் பாண்டியன், என்மேல் கருணை காட்டவேண்டாமா?'

'பலம் மிகுந்த பாண்டியன், எளியவளாகிய என்னைக் காப்பாற்றி, அருள் செய்வதுதானே முறை? இதை அவன் செய்யாவிட்டால் பெரிய தவறு அல்லவா? இந்த உண்மையை அவனுக்கு யார் எடுத்துச்சொல்வார்கள்? யார் என்னை அவனோடு சேர்த்து வைப்பார்கள்?' என்று இந்த உலகத்தாரைப் பார்த்து, ஏக்கத்தோடு கேட்கிறாள் அவள்.

தான்ஏல் தனிக்குடைக் காவலனார் காப்பதுவும்
வானேற்ற வையகம் எல்லாமால் யானோ
எளியேன்ஓர் பெண்பாலேன் ஈர்ந்தண்தார் மாறன்
அளியானேல் அன்றுஎன்பார் ஆர்?

ஏல்	-	ஏற்றுக்கொண்ட
வானேற்ற	-	வானத்துக்கு எதிராக / கீழே இருக்கும்
வையகம் எல்லாமால்	-	பூலோகம் முழுவதும்
ஈர்	-	ஈரம்
தண்	-	குளிர்ச்சி

தார் - மாலை
அளியானேல் - அன்பு / அருள் செய்யாவிட்டால்
ஆர் - யார்?

108

அவன் வருவான்

பாண்டியனைக் காதலிக்கும் ஒரு பெண், அவன் தன்னைச் சந்திக்க வரவில்லையே என்று கவலை கொள்கிறாள். தன்னுடைய காதல் தோற்றுவிட்டதாக நினைத்துக்கொண்டு புலம்புகிறாள். அவன் தன்னை ஏமாற்றிவிட்டான் என்று கதறுகிறாள். இதையெல்லாம் முந்தைய பாடல்களில் பார்த்தோம்.

இந்தப் பாடல், அந்தப் பெண்ணின் கண்ணீரைத் துடைத்து, அவளுக்கு ஆறுதல் சொல்கிறது.

'தேன் நிரம்பிய மலர்களைத் தொடுத்து மாலையாக அணிந்த பெண்ணே, நான் சொல்வதைக் கேள்' என்று அவளை அழைத்து ஆதரவாகப் பேசத்தொடங்குகிறது இந்தப் பாடல்.

'உன் காதலன் சாதாரணமானவன் என்று நினைத்துவிட்டாயா? உன்னுடைய நலனையெல்லாம் திருடிக்கொண்டு ஓடிவிடுகிற ஆள் என்று எண்ணிவிட்டாயா? அது தவறு. அப்படியெல்லாம் நீயாக ஏதும் கற்பனை செய்துகொள்ளாதே.'

இதைக் கேட்டதும் சற்றே நம்பிக்கையோடு நிமிர்ந்துபார்க்கிறாள் அந்தப் பெண். 'நீங்கள் என்ன சொல்கிறீர்கள்? என் காதலன் திரும்பி வருவானா? எனக்கு அருள்புரிவானா?' என்று ஏக்கமாகக் கேட்கிறாள்.

'அவன் நிச்சயமாக உன்னைக் கைவிடமாட்டான்' என்று உறுதி சொல்கிறது பாடல். 'அவன் பெண்களை ஏமாற்றுகிற ஆள் இல்லை. கொடுமையான அரசன் இல்லை. மிகவும் நல்லவன். ஒழுக்க நெறி தவறாமல் ஆட்சி செய்பவன். தமிழ்நாட்டின் ஐந்து பகுதிகளையும் முறைப்படி காவல் காக்கும் குடும்பத்தைச் சேர்ந்த அரசன் அவன்.'

'இப்படிப்பட்ட பெருமையுடைய பாண்டியனா உன்னைக் கைவிடப் போகிறான்? இல்லவே இல்லை. அவன் கண்டிப்பாக உன்னைச் சந்திக்க வருவான். நீ கண்ணீரைத் துடைத்துக்கொண்டு வழிமேல் விழியை வை!'

நறவுஏந்து கோதை நலம்கவர்ந்து நல்கா
மறவேந்தன் வஞ்சினயான் அல்லன் துறையின்
விலங்காமை நின்று வியன்தமிழ்நாடு ஐந்தின்
குலக்காவல் கொண்டுஒழுகும் கோ.

நறவு	- கள் / தேன்
கோதை	- மாலை
நல்கா	- (அருள்) தராத
மறவேந்தன்	- கொடிய அரசன்
துறை	- ஒழுக்கம்
விலங்காமை	- விலகிச் செல்லாமல் இருப்பது
வியன்	- அகன்ற / அதிகமான / விரிவான / வானம்(போன்ற)
கோ	- அரசன்

109

பழியும் பாவமும்

'பழி ஓரிடம், பாவம் ஓரிடம்', என்று நம் ஊரில் ஒரு சுவாரஸ்யமான பழமொழி சொல்வார்கள்.

பாண்டியனைக் காதலிக்கும் இந்தப் பெண்ணின் கதையும் கிட்டத்தட்ட அதைப் போன்றதுதான். அவளுடைய கண்கள் செய்த தப்புக்கு, எந்தப் பாவமும் அறியாத தோள்கள் மெலிந்து வாடுகின்றன.

உழுது, விதையிட்ட நிலத்தில் பயிர்கள் மிகச் செழிப்பாக வளர்ந்திருந்தன. அப்போது, அந்த ஊரைச் சேர்ந்த ஒரு கன்று பச்சைப்பசேலென்று செழித்திருந்த அந்தப் பயிர்களைப் பார்த்தது. அதன் நாக்கில் எச்சில் ஊறியது. பின்விளைவுகளைப்பற்றிக் கொஞ்சமும் யோசிக்காமல், சட்டென்று வயலினுள் புகுந்தது, பயிரை மேய்ந்து தின்றுவிட்டது.

இத்தனை கலாட்டாவும் நடந்து முடிந்தபிறகு, அந்த வயலின் சொந்தக்காரன் வந்தான். இந்த அநியாயத்தைப் பார்த்துக் கதறித் துடித்தான். 'நான் கஷ்டப்பட்டு விளைவித்த பயிரெல்லாம் போச்சே, யார் செய்த கொடுமை இது?' என்று கோபமாகக் கத்தியபடி வயலைச் சுற்றிச்சுற்றி வந்தான்.

அப்போது, பக்கத்து வயலில் ஓர் அப்பாவிக் கழுதை மேய்ந்து கொண்டிருந்தது. அந்தக் கழுதைதான் இந்த வயலையும் மேய்ந்திருக்கும் என்று

நினைத்துக்கொண்டான் அந்த விவசாயி. கோபத்துடன் அந்தக் கழுதையின்மீது பாய்ந்தான், அதை நன்றாக அடித்துத் துவைத்தான். அதன் காதையும் வெட்டிவிட்டான்.

பாவம் அந்தக் கழுதை, எந்தத் தவறும் செய்யாமலேயே அநியாயமாகத் தண்டனையை அனுபவித்தது. ஆனால், உண்மையில் தப்புச் செய்த ஊர்க் கன்று எந்தக் கவலையும் இல்லாமல் குதியாட்டம் போட்டுக் கொண்டிருக்கிறது. இந்தக் கதையைச் சொல்லி, அதோடு தன்னுடைய இப்போதைய நிலைமையை ஒப்பிடுகிறாள் இந்தப் பெண்.

'தோழி, என் காதலன் பாண்டியனை முதன்முதலில் பார்த்தது என்னு டைய கண்கள்தான். ஆனால், அவன் என்னைப் பிரிந்து சென்றபோது இந்தக் கண்களுக்கு ஏதும் ஆகவில்லை. என்னுடைய அகன்ற, பெரிய தோள்கள்தான் பசலை நோய் கொண்டு வாடி மெலிந்துவிட்டன.'

'அந்த விவசாயி, தன்னுடைய வயலை மேய்ந்த கன்றை எதுவும் செய்யாமல், எந்தத் தவறும் செய்யாத கழுதையின் காதை அறுத்தது போல், என்னுடைய காதலுக்கு முதல் காரணமான கண்கள் தப்பித்து விட்டன. எந்தப் பாவமும் அறியாத என்னுடைய தோள்கள் அதற்கு தண்டனை அனுபவிக்கின்றன!'

உழுத உழுத்தஞ்செய் ஊர்க்கன்று மேயக்
கழுதை செவிஅரிந் தற்றால் வழுதியைக்
கண்டநம் கண்கள் இருப்பப் பெரும்பணைத்தோள்
கொண்டன மன்னோ பசப்பு.

உழுத்தஞ்செய்	-	உழுத வயல்
அரிந்தற்றால்	-	வெட்டியதைப்போல
இருப்ப	-	இருக்க
பணைத்தோள்	-	பெரிய / அகன்ற தோள்கள்
பசப்பு	-	பசலை நோய்

110

நெஞ்சத் தூது

வண்டுகள் மொய்க்கும் மலர் மாலையை அணிந்த பாண்டியன் கம்பீரமாக வீதியில் வலம் வருகிறான்.

அப்போது, அவனைப் பார்த்தாள் ஒரு பெண். அந்த அழகனைக் கண்டதுமே காதலில் விழுந்துவிட்டாள். மறுவிநாடி, அவளுடைய நெஞ்சம் அவன்பின்னே சென்றுவிட்டது.

மாலை வந்தது. இரவு வந்தது. இந்தப் பெண்ணுக்கோ இருப்புக் கொள்ளவில்லை. எந்நேரமும் பாண்டியன் நினைவுதான். அவனைத் தேடிச் சென்ற தன்னுடைய மனத்தை எண்ணி ஏக்கத்தோடு பாடுகிறாள்:

'என் காதலன் பாண்டியனை விரும்பி, அவன் பின்னே சென்ற என்னுடைய நெஞ்சுக்கு என்ன ஆனது? இந்நேரம் அவனுடைய அரண் மனையைச் சென்றுசேர்ந்திருக்குமா? அல்லது இன்னும் வழியிலேயே தயங்கி நின்றுகொண்டிருக்கிறதா?'

ஆரம்பத்தில் இப்படிச் சந்தேகப்பட்டாலும், தன்னுடைய மனம் அவனு டைய இருப்பிடத்துக்குச் சென்றுவிட்டது என்று ஏதோ ஒரு நிச்சயமான எண்ணம் அவளுக்குத் தோன்றுகிறது. ஆகவே, மேலும் சில கேள்விகளை அடுக்குகிறாள்:

'அவன் பெரிய அரசன். அவனைப் பார்ப்பதற்கு யார் யாரோ வந்திருப் பார்கள். அவர்களுக்கு நடுவே என் நெஞ்சு அவனைச் சந்தித்துப் பேச நேரமும் வாய்ப்பும் கிடைக்குமா? அப்படிக் கிடைக்கும்வரை என் நெஞ்சு எங்கே காத்திருக்கும்? அவன் வீட்டு வாசலில் நின்றபடி இடுப்பில் கை வைத்துக்கொண்டு என்னைப்போலவே ஏக்கத்தோடு காத்திருக்குமா?'

'காதலனிடம் நெஞ்சைப் பறிகொடுத்தேன்' என்று கதைகளில் கவிதை களில் சம்பிரதாயமாகப் படித்திருக்கிறோம். ஆனால், இந்த முத் தொள்ளாயிரக் காதலி, அதை மிகவும் தீவீரமாக எடுத்துக்கொண்டு விட்டாள். தன்னுடைய நெஞ்சைப் பாண்டியனுக்கு அவள் அனுப்பிய தூதாகவே நினைக்கிறாள். 'சீக்கிரம் அவனைச் சந்தித்து, என்னுடைய காதலைச் சொல்லி, நல்ல பதிலை வாங்கிக்கொண்டு திரும்பி வா' என்று தன் நெஞ்சுக்கு அழைப்பு அனுப்பியவண்ணம் இருக்கிறாள்!

> சென்றதுகொல் போந்ததுகொல் செவ்வி பெருந்துணையும்
> நின்றதுகொல் நேர்மருங்கில் கைஊன்றி முன்றில்
> முழங்கும் கடாயானை மொய்ம்மலர்த்தார் மாறற்கு
> உழந்துபின் சென்றஎன் நெஞ்சு.

போந்தது	-	போய்ச்சேர்ந்தது
செவ்வி	-	சரியான சந்தர்ப்பம் / தருணம்
பெறுந்துணை	-	கிடைக்கும்வரை

மருங்கு	-	இடுப்பு
முன்றில்	-	முற்றம்
கடாயானை	-	மதம் பிடித்த யானை
மொய்ம்மலர்த்தார்	-	(வண்டுகள்) மொய்க்கும் மலர் மாலை
உழந்து	-	ஆசைப்பட்டு

www.ingramcontent.com/pod-product-compliance
Lightning Source LLC
LaVergne TN
LVHW060455051026
849518LV00002B/771

* 9 7 8 8 1 8 4 9 3 4 5 5 7 *